TRANZLATY

El idioma es para todos

Ngôn ngữ dành cho tất cả mọi người

El llamado de lo salvaje

Tiếng gọi nơi hoang dã

Jack London

Español / Tiếng Việt

Copyright © 2025 Tranzlaty
All rights reserved
Published by Tranzlaty
ISBN: 978-1-80572-872-6
Original text by Jack London
The Call of the Wild
First published in 1903
www.tranzlaty.com

Hacia lo primitivo
Vào thời nguyên thủy

Buck no leía los periódicos.
Buck không đọc báo.
Si hubiera leído los periódicos habría sabido que se avecinaban problemas.
Nếu ông đọc báo thì ông sẽ biết rằng rắc rối sắp xảy ra.
Hubo problemas, no sólo para él sino para todos los perros de la marea.
Không chỉ riêng anh ta mà tất cả những chú chó ở vùng nước triều đều gặp rắc rối.
Todo perro con músculos fuertes y pelo largo y cálido iba a estar en problemas.
Bất kỳ chú chó nào có cơ bắp khỏe mạnh và lông dài, ấm áp đều có thể gặp rắc rối.
Desde Puget Bay hasta San Diego ningún perro podía escapar de lo que se avecinaba.
Từ Vịnh Puget đến San Diego, không một chú chó nào có thể thoát khỏi những điều sắp xảy ra.
Los hombres, a tientas en la oscuridad del Ártico, encontraron un metal amarillo.
Những người đàn ông mò mẫm trong bóng tối Bắc Cực đã tìm thấy một loại kim loại màu vàng.
Las compañías navieras y de transporte iban en busca del descubrimiento.
Các công ty tàu thủy và vận tải đang theo đuổi khám phá này.
Miles de hombres se precipitaron hacia el norte.
Hàng ngàn người đang đổ xô vào vùng đất phía Bắc.
Estos hombres querían perros, y los perros que querían eran perros pesados.
Những người đàn ông này muốn nuôi chó, và những con chó họ muốn đều là những con chó to lớn.
Perros con músculos fuertes para trabajar.
Những chú chó có cơ bắp khỏe mạnh để làm việc nặng nhọc.
Perros con abrigos peludos para protegerlos de las heladas.

Những chú chó có bộ lông dày để bảo vệ chúng khỏi sương giá.

Buck vivía en una casa grande en el soleado valle de Santa Clara.
Buck sống trong một ngôi nhà lớn ở Thung lũng Santa Clara đầy nắng.
El lugar del juez Miller, se llamaba su casa.
Nơi được gọi là nhà của thẩm phán Miller.
Su casa estaba apartada de la carretera, medio oculta entre los árboles.
Ngôi nhà của ông nằm tách biệt với đường cái, một nửa ẩn hiện giữa những hàng cây.
Se podían ver destellos de la amplia terraza que rodeaba la casa.
Người ta có thể thoáng thấy hiên nhà rộng chạy quanh ngôi nhà.
Se accedía a la casa mediante caminos de grava.
Ngôi nhà được dẫn vào bằng lối đi rải sỏi.
Los caminos serpenteaban a través de amplios prados.
Những con đường quanh co xuyên qua những bãi cỏ rộng lớn.
Allá arriba se veían las ramas entrelazadas de altos álamos.
Phía trên đầu là những cành cây dương cao đan xen vào nhau.
En la parte trasera de la casa las cosas eran aún más espaciosas.
Phía sau nhà, mọi thứ thậm chí còn rộng rãi hơn.
Había grandes establos, donde una docena de mozos de cuadra charlaban.
Có những chuồng ngựa lớn, nơi có hàng chục người giữ ngựa đang trò chuyện
Había hileras de casas de servicio cubiertas de enredaderas.
Có những dãy nhà của người hầu phủ đầy dây leo
Y había una interminable y ordenada serie de letrinas.
Và có một dãy nhà vệ sinh ngoài trời vô tận và ngăn nắp
Largos parrales, verdes pastos, huertos y campos de bayas.
Những giàn nho dài, đồng cỏ xanh, vườn cây ăn quả và những luống quả mọng.

Luego estaba la planta de bombeo del pozo artesiano.
Sau đó là nhà máy bơm nước cho giếng phun.
Y allí estaba el gran tanque de cemento lleno de agua.
Và có một bể xi măng lớn chứa đầy nước.
Aquí los muchachos del juez Miller dieron su chapuzón matutino.
Tại đây, các chàng trai của thẩm phán Miller đã thực hiện cú nhảy buổi sáng.
Y allí también se refrescaron en la calurosa tarde.
Và họ cũng cảm thấy mát mẻ hơn vào buổi chiều nóng nực.
Y sobre este gran dominio, Buck era quien lo gobernaba todo.
Và trên vùng đất rộng lớn này, Buck là người cai trị tất cả.
Buck nació en esta tierra y vivió aquí todos sus cuatro años.
Buck sinh ra trên mảnh đất này và sống ở đây suốt bốn năm.
Efectivamente había otros perros, pero realmente no importaban.
Thực ra còn có những con chó khác nữa, nhưng chúng không thực sự quan trọng.
En un lugar tan vasto como éste se esperaban otros perros.
Người ta mong đợi những con chó khác sẽ có mặt ở một nơi rộng lớn như thế này.
Estos perros iban y venían, o vivían dentro de las concurridas perreras.
Những chú chó này đến rồi đi, hoặc sống bên trong những cũi chó đông đúc.
Algunos perros vivían escondidos en la casa, como Toots e Ysabel.
Một số con chó sống ẩn núp trong nhà, giống như Toots và Ysabel.
Toots era un pug japonés, Ysabel una perra mexicana sin pelo.
Toots là một chú chó pug Nhật Bản, Ysabel là một chú chó không lông của Mexico.
Estas extrañas criaturas rara vez salían de la casa.
Những sinh vật kỳ lạ này hiếm khi bước ra khỏi nhà.
No tocaron el suelo ni olieron el aire libre del exterior.

Chúng không chạm đất, cũng không hít thở không khí bên ngoài.

También estaban los fox terriers, al menos veinte en número.
Ngoài ra còn có loài chó sục cáo, ít nhất là hai mươi con.

Estos terriers le ladraron ferozmente a Toots y a Ysabel dentro de la casa.
Những con chó sục này sủa dữ dội vào Toots và Ysabel trong nhà.

Toots e Ysabel se quedaron detrás de las ventanas, a salvo de todo daño.
Toots và Ysabel ở sau cửa sổ, tránh xa nguy hiểm.

Estaban custodiados por criadas con escobas y trapeadores.
Họ được người hầu gái mang theo chổi và cây lau nhà bảo vệ.

Pero Buck no era un perro de casa ni tampoco de perrera.
Nhưng Buck không phải là chó nhà, và cũng không phải là chó nhốt trong cũi.

Toda la propiedad pertenecía a Buck como su legítimo reino.
Toàn bộ tài sản thuộc về Buck như lãnh thổ hợp pháp của anh.

Buck nadaba en el tanque o salía a cazar con los hijos del juez.
Buck bơi trong bể hoặc đi săn với các con trai của Thẩm phán.

Caminaba con Mollie y Alice temprano o tarde.
Anh ấy đi bộ với Mollie và Alice vào lúc sáng sớm hoặc tối muộn.

En las noches frías yacía junto al fuego de la biblioteca con el juez.
Vào những đêm lạnh giá, ông nằm trước lò sưởi thư viện cùng với Thẩm phán.

Buck llevaba a los nietos del juez en su fuerte espalda.
Buck chở các cháu trai của thẩm phán trên tấm lưng khỏe mạnh của mình.

Se revolcó en el césped con los niños, vigilándolos de cerca.
Anh ta lăn trên bãi cỏ cùng bọn trẻ, canh chừng chúng cẩn thận.

Se aventuraron hasta la fuente e incluso pasaron por los campos de bayas.

Họ mạo hiểm đi đến đài phun nước và thậm chí đi qua những cánh đồng quả mọng.

Entre los fox terriers, Buck caminaba siempre con orgullo real.

Trong số những con chó sục cáo, Buck luôn bước đi với vẻ kiêu hãnh như vua chúa.

Él ignoró a Toots y Ysabel, tratándolos como si fueran aire.

Anh ta phớt lờ Toots và Ysabel, coi họ như không khí.

Buck reinaba sobre todas las criaturas vivientes en la tierra del juez Miller.

Buck cai trị mọi sinh vật sống trên đất của Thẩm phán Miller.

Él gobernaba a los animales, a los insectos, a los pájaros e incluso a los humanos.

Ông cai trị các loài động vật, côn trùng, chim chóc và thậm chí cả con người.

El padre de Buck, Elmo, había sido un San Bernardo enorme y leal.

Cha của Buck, Elmo, là một chú chó St. Bernard to lớn và trung thành.

Elmo nunca se apartó del lado del juez y le sirvió fielmente.

Elmo không bao giờ rời xa Thẩm phán và phục vụ ngài một cách trung thành.

Buck parecía dispuesto a seguir el noble ejemplo de su padre.

Buck dường như đã sẵn sàng noi theo tấm gương cao quý của cha mình.

Buck no era tan grande: pesaba ciento cuarenta libras.

Buck không lớn lắm, chỉ nặng một trăm bốn mươi pound.

Su madre, Shep, había sido una excelente perra pastor escocesa.

Mẹ của chú, Shep, là một chú chó chăn cừu Scotland tuyệt vời.

Pero incluso con ese peso, Buck caminaba con presencia majestuosa.

Nhưng ngay cả với cân nặng đó, Buck vẫn bước đi với vẻ uy nghi.

Esto fue gracias a la buena comida y al respeto que siempre recibió.

Điều này xuất phát từ đồ ăn ngon và sự tôn trọng mà ông luôn nhận được.
Durante cuatro años, Buck había vivido como un noble mimado.
Trong bốn năm, Buck đã sống như một nhà quý tộc hư hỏng.
Estaba orgulloso de sí mismo y hasta era un poco egoísta.
Anh ấy tự hào về bản thân mình, thậm chí còn hơi tự phụ.
Ese tipo de orgullo era común entre los señores de países remotos.
Lòng kiêu hãnh đó thường thấy ở những lãnh chúa vùng xa xôi.
Pero Buck se salvó de convertirse en un perro doméstico mimado.
Nhưng Buck đã tự cứu mình khỏi việc trở thành một chú chó được cưng chiều.
Se mantuvo delgado y fuerte gracias a la caza y el ejercicio.
Ông vẫn giữ được vóc dáng thon thả và khỏe mạnh nhờ đi săn và tập thể dục.
Amaba profundamente el agua, como la gente que se baña en lagos fríos.
Ông rất yêu nước, giống như những người tắm ở hồ nước lạnh.
Este amor por el agua mantuvo a Buck fuerte y muy saludable.
Tình yêu dành cho nước đã giúp Buck mạnh mẽ và khỏe mạnh.
Éste era el perro en que se había convertido Buck en el otoño de 1897.
Đây chính là chú chó Buck đã trở thành vào mùa thu năm 1897.
Cuando la huelga de Klondike arrastró a los hombres hacia el gélido Norte.
Khi cuộc tấn công Klondike kéo con người tới miền Bắc băng giá.
La gente acudió en masa desde todos los rincones del mundo hacia aquella tierra fría.

Mọi người từ khắp nơi trên thế giới đổ xô đến vùng đất lạnh giá này.
Buck, sin embargo, no leía los periódicos ni entendía las noticias.
Tuy nhiên, Buck không đọc báo và cũng không hiểu tin tức.
Él no sabía que Manuel era un mal hombre con quien estar.
Anh ta không biết Manuel là người xấu.
Manuel, que ayudaba en el jardín, tenía un problema profundo.
Manuel, người giúp việc làm vườn, đã gặp phải một vấn đề nghiêm trọng.
Manuel era adicto al juego de la lotería china.
Manuel nghiện cờ bạc xổ số Trung Quốc.
También creía firmemente en un sistema fijo para ganar.
Ông cũng tin tưởng mạnh mẽ vào một hệ thống cố định để giành chiến thắng.
Esa creencia hizo que su fracaso fuera seguro e inevitable.
Niềm tin đó khiến cho sự thất bại của ông trở nên chắc chắn và không thể tránh khỏi.
Jugar con un sistema exige dinero, del que Manuel carecía.
Chơi theo hệ thống đòi hỏi phải có tiền, thứ mà Manuel không có.
Su salario apenas alcanzaba para mantener a su esposa y a sus numerosos hijos.
Tiền lương của ông chỉ đủ nuôi vợ và nhiều con.
La noche en que Manuel traicionó a Buck, las cosas estaban normales.
Vào đêm Manuel phản bội Buck, mọi thứ vẫn bình thường.
El juez estaba en una reunión de la Asociación de Productores de Pasas.
Thẩm phán đã tham dự cuộc họp của Hiệp hội trồng nho khô.
Los hijos del juez estaban entonces ocupados formando un club atlético.
Vào thời điểm đó, các con trai của thẩm phán đang bận rộn thành lập một câu lạc bộ thể thao.
Nadie vio a Manuel y Buck salir por el huerto.

Không ai nhìn thấy Manuel và Buck rời đi qua vườn cây ăn quả.
Buck pensó que esta caminata era simplemente un simple paseo nocturno.
Buck nghĩ rằng chuyến đi bộ này chỉ là một cuộc đi dạo ban đêm đơn giản.
Se encontraron con un solo hombre en la estación de la bandera, en College Park.
Họ chỉ gặp một người đàn ông ở trạm dừng chân tại College Park.
Ese hombre habló con Manuel y intercambiaron dinero.
Người đàn ông đó nói chuyện với Manuel và họ trao đổi tiền.
"Envuelva la mercancía antes de entregarla", sugirió.
"Hãy gói hàng lại trước khi giao chúng", ông gợi ý.
La voz del hombre era áspera e impaciente mientras hablaba.
Giọng nói của người đàn ông khàn khàn và thiếu kiên nhẫn.
Manuel ató cuidadosamente una cuerda gruesa alrededor del cuello de Buck.
Manuel cẩn thận buộc một sợi dây thừng dày quanh cổ Buck.
"Si retuerces la cuerda, lo estrangularás bastante"
"Vặn dây thừng, và bạn sẽ làm anh ta nghẹt thở"
El extraño emitió un gruñido, demostrando que entendía bien.
Người lạ kia khẽ gầm gừ, tỏ ý rằng anh ta hiểu rõ.
Buck aceptó la cuerda con calma y tranquila dignidad ese día.
Ngày hôm đó, Buck đã chấp nhận sợi dây thừng với thái độ bình tĩnh và nghiêm trang.
Fue un acto inusual, pero Buck confiaba en los hombres que conocía.
Đó là một hành động bất thường, nhưng Buck tin tưởng những người đàn ông mà anh quen biết.
Él creía que su sabiduría iba mucho más allá de su propio pensamiento.
Ông tin rằng trí tuệ của họ vượt xa suy nghĩ của ông.
Pero entonces la cuerda fue entregada a manos del extraño.
Nhưng sau đó sợi dây đã được trao vào tay người lạ.

Buck emitió un gruñido bajo que advertía con una amenaza silenciosa.
Buck gầm gừ một tiếng nhỏ mang theo sự đe dọa thầm lặng.
Era orgulloso y autoritario y quería mostrar su descontento.
Ông ta kiêu hãnh và thích chỉ huy, và muốn thể hiện sự không hài lòng của mình.
Buck creyó que su advertencia sería entendida como una orden.
Buck tin rằng lời cảnh báo của mình sẽ được hiểu như một mệnh lệnh.
Para su sorpresa, la cuerda se tensó rápidamente alrededor de su grueso cuello.
Khiến anh ta kinh ngạc là sợi dây thừng siết chặt quanh cái cổ dày của anh ta.
Se quedó sin aire y comenzó a luchar con una furia repentina.
Không khí trong phòng bị ngắt quãng và anh ta bắt đầu chiến đấu trong cơn thịnh nộ đột ngột.
Saltó hacia el hombre, quien rápidamente se encontró con Buck en el aire.
Anh ta lao vào người đàn ông đó, người nhanh chóng lao vào Buck giữa không trung.
El hombre agarró la garganta de Buck y lo retorció hábilmente en el aire.
Người đàn ông túm lấy cổ họng Buck và khéo léo vặn anh ta trong không trung.
Buck fue arrojado al suelo con fuerza, cayendo de espaldas.
Buck bị ném mạnh xuống đất và ngã ngửa ra sau.
La cuerda ahora lo estrangulaba cruelmente mientras él pateaba salvajemente.
Sợi dây thừng siết cổ anh ta một cách tàn nhẫn trong khi anh ta đá loạn xạ.
Se le cayó la lengua, su pecho se agitó, pero no recuperó el aliento.
Lưỡi anh thè ra, ngực phập phồng nhưng không thở được.
Nunca había sido tratado con tanta violencia en su vida.
Anh chưa bao giờ bị đối xử bạo lực như vậy trong đời.

Tampoco nunca antes se había sentido tan lleno de furia.
Anh cũng chưa bao giờ tràn ngập cơn thịnh nộ sâu sắc như vậy.
Pero el poder de Buck se desvaneció y sus ojos se volvieron vidriosos.
Nhưng sức mạnh của Buck đã suy yếu và mắt anh trở nên đờ đẫn.
Se desmayó justo cuando un tren se detuvo cerca.
Anh ấy ngất đi ngay khi một đoàn tàu dừng lại gần đó.
Luego los dos hombres lo arrojaron rápidamente al vagón de equipaje.
Sau đó, hai người đàn ông nhanh chóng ném anh ta vào toa hành lý.
Lo siguiente que sintió Buck fue dolor en su lengua hinchada.
Điều tiếp theo Buck cảm thấy là cơn đau ở lưỡi sưng tấy.
Se desplazaba en un carro tambaleante, apenas consciente.
Ông ta đang di chuyển trên chiếc xe đẩy rung lắc, chỉ còn mơ hồ tỉnh táo.
El agudo grito del silbato del tren le indicó a Buck su ubicación.
Tiếng còi tàu rít lên chói tai cho Buck biết vị trí của mình.
Había viajado muchas veces con el Juez y conocía esa sensación.
Ông đã nhiều lần cưỡi ngựa cùng Thẩm phán và hiểu được cảm giác đó.
Fue una experiencia única viajar nuevamente en un vagón de equipajes.
Đó là cảm giác choáng ngợp đặc biệt khi lại được đi trên toa hành lý.
Buck abrió los ojos y su mirada ardía de rabia.
Buck mở mắt, ánh mắt bừng cháy vì giận dữ.
Esta fue la ira de un rey orgulloso destronado.
Đây là cơn thịnh nộ của một vị vua kiêu hãnh khi bị tước mất ngai vàng.
Un hombre intentó agarrarlo, pero Buck lo atacó primero.

Một người đàn ông tiến đến định tóm lấy anh ta, nhưng Buck lại là người ra tay trước.
Hundió los dientes en la mano del hombre y la sujetó con fuerza.
Anh cắn chặt răng vào tay người đàn ông đó.
No lo soltó hasta que se desmayó por segunda vez.
Anh ấy không buông tay cho đến khi ngất đi lần thứ hai.
—Sí, tiene ataques —murmuró el hombre al maletero.
"Vâng, lên cơn rồi," người đàn ông lẩm bẩm với người khuân vác hành lý.
El maletero había oído la lucha y se acercó.
Người khuân vác hành lý đã nghe thấy tiếng vật lộn và đến gần.
"Lo llevaré a Frisco para el jefe", explicó el hombre.
"Tôi sẽ đưa anh ấy đến Frisco cho ông chủ," người đàn ông giải thích.
"Allí hay un buen veterinario que dice poder curarlos".
"Có một bác sĩ thú y giỏi ở đó nói rằng ông ấy có thể chữa khỏi bệnh cho chúng."
Más tarde esa noche, el hombre dio su propio relato completo.
Đêm hôm đó, người đàn ông đã kể lại toàn bộ sự việc.
Habló desde un cobertizo detrás de un salón en los muelles.
Ông nói từ một nhà kho phía sau một quán rượu trên bến tàu.
"Lo único que me dieron fueron cincuenta dólares", se quejó al tabernero.
"Tôi chỉ được trả năm mươi đô la thôi," anh ta phàn nàn với người chủ quán rượu.
"No lo volvería a hacer ni por mil dólares en efectivo".
"Tôi sẽ không làm điều đó một lần nữa, ngay cả khi có được một ngàn đô la tiền mặt."
Su mano derecha estaba fuertemente envuelta en un paño ensangrentado.
Bàn tay phải của anh ta được quấn chặt bằng một miếng vải đẫm máu.
La pernera de su pantalón estaba abierta de par en par desde la rodilla hasta el pie.

Ống quần của anh ta bị rách toạc từ đầu gối đến bàn chân.
—¿Cuánto le pagaron al otro tipo? —preguntó el tabernero.
"Người kia được trả bao nhiêu?" Người chủ quán rượu hỏi.
"Cien", respondió el hombre, "no aceptaría ni un centavo menos".
"Một trăm," người đàn ông đáp, "ông ấy sẽ không lấy ít hơn một xu."
—Eso suma ciento cincuenta —dijo el tabernero.
"Tổng cộng là một trăm năm mươi", người bán hàng nói.
"Y él lo vale todo, o no soy más que un idiota".
"Và anh ấy xứng đáng với tất cả, nếu không thì tôi chẳng hơn gì một thằng ngốc."
El hombre abrió los envoltorios para examinar su mano.
Người đàn ông mở lớp vải quấn để kiểm tra bàn tay của mình.
La mano estaba gravemente desgarrada y cubierta de sangre seca.
Bàn tay bị rách rất nặng và dính đầy máu khô.
"Si no consigo la hidrofobia..." empezó a decir.
"Nếu tôi không mắc chứng sợ nước..." anh bắt đầu nói.
"Será porque naciste para la horca", dijo entre risas.
"Đó là vì anh sinh ra là để treo cổ mà", một tiếng cười vang lên.
"Ven a ayudarme antes de irte", le pidieron.
"Hãy đến giúp tôi trước khi anh đi", anh ta được yêu cầu.
Buck estaba aturdido por el dolor en la lengua y la garganta.
Buck đang choáng váng vì cơn đau ở lưỡi và cổ họng.
Estaba medio estrangulado y apenas podía mantenerse en pie.
Anh ta bị siết cổ đến mức gần như không thể đứng thẳng được.
Aún así, Buck intentó enfrentar a los hombres que lo habían lastimado.
Tuy nhiên, Buck vẫn cố gắng đối mặt với những kẻ đã làm anh tổn thương.
Pero lo derribaron y lo estrangularon una vez más.
Nhưng họ lại vật anh xuống và bóp cổ anh thêm lần nữa.
Sólo entonces pudieron quitarle el pesado collar de bronce.

Chỉ khi đó họ mới có thể cắt được chiếc vòng cổ bằng đồng nặng nề của anh ta.
Le quitaron la cuerda y lo metieron en una caja.
Họ tháo sợi dây thừng và nhét anh ta vào thùng.
La caja era pequeña y tenía la forma de una tosca jaula de hierro.
Chiếc thùng nhỏ và có hình dạng giống như một chiếc lồng sắt thô.
Buck permaneció allí toda la noche, lleno de ira y orgullo herido.
Buck nằm đó suốt đêm, tràn ngập cơn thịnh nộ và lòng tự trọng bị tổn thương.
No podía ni siquiera empezar a comprender lo que le estaba pasando.
Anh không thể hiểu nổi chuyện gì đang xảy ra với mình.
¿Por qué estos hombres extraños lo mantenían en esa pequeña caja?
Tại sao những người đàn ông lạ mặt này lại nhốt anh ta trong cái thùng nhỏ này?
¿Qué querían de él y por qué este cruel cautiverio?
Họ muốn gì ở ông và tại sao lại bắt ông làm tù binh tàn ác như thế này?
Sintió una presión oscura; una sensación de desastre que se acercaba.
Anh cảm thấy một áp lực đen tối; một cảm giác thảm họa đang đến gần.
Era un miedo vago, pero que se apoderó pesadamente de su espíritu.
Đó là một nỗi sợ mơ hồ, nhưng nó lại ảnh hưởng nặng nề đến tinh thần anh.
Saltó varias veces cuando la puerta del cobertizo vibró.
Có nhiều lần anh ta giật mình khi cánh cửa nhà kho rung chuyển.
Esperaba que el juez o los muchachos aparecieran y lo rescataran.
Anh ta mong đợi Thẩm phán hoặc các chàng trai sẽ xuất hiện và giải cứu anh ta.

Pero cada vez sólo se asomaba el rostro gordo del tabernero.
Nhưng mỗi lần chỉ có khuôn mặt béo của người chủ quán rượu ló ra bên trong.
El rostro del hombre estaba iluminado por el tenue resplandor de una vela de sebo.
Khuôn mặt người đàn ông được chiếu sáng bởi ánh sáng mờ ảo của ngọn nến mỡ.
Cada vez, el alegre ladrido de Buck cambiaba a un gruñido bajo y enojado.
Mỗi lần như vậy, tiếng sủa vui mừng của Buck lại chuyển thành tiếng gầm gừ giận dữ.

El tabernero lo dejó solo durante la noche en el cajón.
Người chủ quán rượu để anh ta một mình trong thùng qua đêm
Pero cuando se despertó por la mañana, venían más hombres.
Nhưng khi anh thức dậy vào buổi sáng, nhiều người đàn ông khác đang đến.
Llegaron cuatro hombres y recogieron la caja con cuidado y sin decir palabra.
Bốn người đàn ông đến và nhẹ nhàng nhấc chiếc thùng lên mà không nói một lời.
Buck supo de inmediato en qué situación se encontraba.
Buck ngay lập tức nhận ra tình huống mình đang gặp phải.
Eran otros torturadores contra los que tenía que luchar y a los que tenía que temer.
Họ là những kẻ hành hạ mà anh phải chiến đấu và sợ hãi.
Estos hombres parecían malvados, andrajosos y muy mal arreglados.
Những người đàn ông này trông rất độc ác, rách rưới và ăn mặc rất tệ.
Buck gruñó y se abalanzó sobre ellos ferozmente a través de los barrotes.
Buck gầm gừ và lao vào họ một cách dữ dội qua song sắt.
Ellos simplemente se rieron y lo golpearon con largos palos de madera.

Họ chỉ cười và đâm anh ta bằng những thanh gỗ dài.
Buck mordió los palos y luego se dio cuenta de que eso era lo que les gustaba.
Buck cắn vào những chiếc que, rồi nhận ra đó chính là thứ chúng thích.
Así que se quedó acostado en silencio, hosco y ardiendo de rabia silenciosa.
Vì vậy, anh ta nằm xuống một cách lặng lẽ, buồn bã và bùng cháy vì cơn thịnh nộ âm thầm.
Subieron la caja a un carro y se fueron con él.
Họ nhấc chiếc thùng lên xe ngựa và lái đi cùng anh ta.
La caja, con Buck encerrado dentro, cambiaba de manos a menudo.
Chiếc thùng, nhốt Buck bên trong, thường xuyên đổi chủ.
Los empleados de la oficina exprés se hicieron cargo de él y lo atendieron brevemente.
Nhân viên văn phòng nhanh chóng tiếp quản và xử lý anh ta trong thời gian ngắn.
Luego, otro carro transportó a Buck a través de la ruidosa ciudad.
Sau đó, một chiếc xe ngựa khác chở Buck băng qua thị trấn ồn ào.
Un camión lo llevó con cajas y paquetes a un ferry.
Một chiếc xe tải chở anh ta cùng các hộp và bưu kiện lên phà.
Después de cruzar, el camión lo descargó en una estación ferroviaria.
Sau khi vượt qua, chiếc xe tải đã thả anh ta xuống tại một nhà ga xe lửa.
Finalmente, colocaron a Buck dentro de un vagón expreso que lo esperaba.
Cuối cùng, Buck được đưa vào bên trong một toa tàu tốc hành đang chờ sẵn.
Durante dos días y dos noches, los trenes arrastraron el vagón expreso.
Trong hai ngày hai đêm, tàu hỏa đã kéo toa tàu tốc hành đi.
Buck no comió ni bebió durante todo el doloroso viaje.

Buck không ăn cũng không uống trong suốt chuyến đi đau đớn.

Cuando los mensajeros expresos intentaron acercarse a él, gruñó.

Khi những người đưa tin nhanh cố gắng tiếp cận anh ta, anh ta gầm gừ.

Ellos respondieron burlándose de él y molestándolo cruelmente.

Họ đáp lại bằng cách chế nhạo và trêu chọc anh một cách tàn nhẫn.

Buck se arrojó contra los barrotes, echando espuma y temblando.

Buck lao vào song sắt, sùi bọt mép và run rẩy

Se rieron a carcajadas y se burlaron de él como matones del patio de la escuela.

Họ cười lớn và chế giễu anh như những kẻ bắt nạt ở trường.

Ladraban como perros de caza y agitaban los brazos.

Chúng sủa như chó giả và vỗ tay.

Incluso cantaron como gallos sólo para molestarlo más.

Họ thậm chí còn gáy như gà trống chỉ để làm anh ta tức giận hơn.

Fue un comportamiento tonto y Buck sabía que era ridículo.

Đó là hành vi ngu ngốc, và Buck biết điều đó thật nực cười.

Pero eso sólo profundizó su sentimiento de indignación y vergüenza.

Nhưng điều đó chỉ làm sâu sắc thêm cảm giác phẫn nộ và xấu hổ của anh.

Durante el viaje no le molestó mucho el hambre.

Trong suốt chuyến đi, anh ấy không hề bị đói.

Pero la sed traía consigo un dolor agudo y un sufrimiento insoportable.

Nhưng cơn khát mang lại nỗi đau nhói và sự đau khổ không thể chịu đựng được.

Su garganta y lengua secas e inflamadas ardían de calor.

Cổ họng khô rát, sưng tấy và lưỡi nóng rát.

Este dolor alimentó la fiebre que crecía dentro de su orgulloso cuerpo.

Nỗi đau này làm tăng thêm cơn sốt đang dâng cao trong cơ thể kiêu hãnh của anh.

Buck estuvo agradecido por una sola cosa durante esta prueba.

Buck chỉ biết ơn một điều duy nhất trong suốt phiên tòa này.

Le habían quitado la cuerda que le rodeaba el grueso cuello.

Sợi dây thừng đã được tháo ra khỏi chiếc cổ dày của hắn.

La cuerda había dado a esos hombres una ventaja injusta y cruel.

Sợi dây thừng đã mang lại cho những người đàn ông đó một lợi thế không công bằng và tàn nhẫn.

Ahora la cuerda había desaparecido y Buck juró que nunca volvería.

Bây giờ sợi dây đã biến mất, và Buck thề rằng nó sẽ không bao giờ trở lại.

Decidió que nunca más volvería a pasarle una cuerda al cuello.

Anh quyết tâm sẽ không để sợi dây thừng nào quấn quanh cổ mình nữa.

Durante dos largos días y noches sufrió sin comer.

Trong suốt hai ngày hai đêm dài, ông đã phải chịu đựng sự đau khổ vì không có thức ăn.

Y en esas horas se fue acumulando en su interior una rabia enorme.

Và trong những giờ phút đó, anh đã vô cùng tức giận.

Sus ojos se volvieron inyectados en sangre y salvajes por la ira constante.

Đôi mắt anh ta đỏ ngầu và hoang dại vì tức giận liên tục.

Ya no era Buck, sino un demonio con mandíbulas chasqueantes.

Anh ta không còn là Buck nữa mà là một con quỷ với hàm răng sắc nhọn.

Ni siquiera el juez habría reconocido a esta loca criatura.

Ngay cả Thẩm phán cũng không biết đến sinh vật điên rồ này.

Los mensajeros exprés suspiraron aliviados cuando llegaron a Seattle.

Những người đưa tin nhanh thở phào nhẹ nhõm khi họ đến Seattle

Cuatro hombres levantaron la caja y la llevaron a un patio trasero.
Bốn người đàn ông nhấc chiếc thùng lên và mang ra sân sau.

El patio era pequeño, rodeado de muros altos y sólidos.
Sân nhỏ, được bao quanh bởi những bức tường cao và kiên cố.

Un hombre corpulento salió con una camisa roja holgada.
Một người đàn ông to lớn bước ra với chiếc áo len đỏ rộng thùng thình.

Firmó el libro de entrega con letra gruesa y atrevida.
Anh ta ký vào sổ giao hàng bằng nét chữ dày và đậm.

Buck sintió de inmediato que este hombre era su próximo torturador.
Buck ngay lập tức cảm thấy người đàn ông này chính là kẻ sẽ hành hạ mình tiếp theo.

Se abalanzó violentamente contra los barrotes, con los ojos rojos de furia.
Anh ta lao mạnh về phía song sắt, đôi mắt đỏ ngầu vì giận dữ.

El hombre simplemente sonrió oscuramente y fue a buscar un hacha.
Người đàn ông chỉ cười buồn rồi đi lấy rìu.

También traía un garrote en su gruesa y fuerte mano derecha.
Ông ta cũng cầm một cây gậy bằng bàn tay phải to và khỏe của mình.

"¿Vas a sacarlo ahora?" preguntó preocupado el conductor.
"Anh định đưa anh ấy ra ngoài ngay bây giờ à?" Người lái xe hỏi với vẻ lo lắng.

—Claro —dijo el hombre, metiendo el hacha en la caja a modo de palanca.
"Được thôi," người đàn ông nói, nhét chiếc rìu vào thùng làm đòn bẩy.

Los cuatro hombres se dispersaron instantáneamente y saltaron al muro del patio.
Bốn người đàn ông lập tức tản ra và nhảy lên tường sân.

Desde sus lugares seguros arriba, esperaban para observar el espectáculo.
Từ nơi an toàn phía trên, họ chờ đợi để xem cảnh tượng này.
Buck se abalanzó sobre la madera astillada, mordiéndola y sacudiéndola ferozmente.
Buck lao vào khúc gỗ vỡ vụn, cắn và run rẩy dữ dội.
Cada vez que el hacha golpeaba la jaula, Buck estaba allí para atacarla.
Mỗi lần rìu đập vào lồng, Buck lại ở đó để tấn công nó.
Gruñó y chasqueó los dientes con furia salvaje, ansioso por ser liberado.
Anh ta gầm gừ và quát tháo một cách giận dữ, mong muốn được giải thoát.
El hombre que estaba afuera estaba tranquilo y firme, concentrado en su tarea.
Người đàn ông bên ngoài vẫn bình tĩnh và vững vàng, tập trung vào nhiệm vụ của mình.
"Muy bien, demonio de ojos rojos", dijo cuando el agujero fue grande.
"Được rồi, đồ quỷ mắt đỏ," anh ta nói khi cái lỗ đã lớn.
Dejó caer el hacha y tomó el garrote con su mano derecha.
Anh ta thả chiếc rìu xuống và cầm cây gậy bằng tay phải.
Buck realmente parecía un demonio; con los ojos inyectados en sangre y llameantes.
Buck thực sự trông giống như một con quỷ; đôi mắt đỏ ngầu và rực lửa.
Su pelaje se erizó, le salía espuma por la boca y sus ojos brillaban.
Bộ lông của nó dựng đứng, bọt sủi lên ở miệng, mắt sáng lên.
Tensó los músculos y se lanzó directamente hacia el suéter rojo.
Anh ta gồng cơ và lao thẳng tới chiếc áo len đỏ.
Ciento cuarenta libras de furia volaron hacia el hombre tranquilo.
Một trăm bốn mươi pound giận dữ bay về phía người đàn ông điềm tĩnh.

Justo antes de que sus mandíbulas se cerraran, un golpe terrible lo golpeó.
Ngay trước khi hàm răng của anh ta khép chặt lại, một đòn khủng khiếp đã giáng xuống anh ta.
Sus dientes chasquearon al chocar contra nada más que el aire.
Răng của anh ta đập vào nhau chỉ vì không khí
Una sacudida de dolor resonó a través de su cuerpo
một cơn đau nhói lan tỏa khắp cơ thể anh
Dio una vuelta en el aire y se estrelló sobre su espalda y su costado.
Anh ta lộn nhào giữa không trung rồi ngã ngửa và ngã nghiêng.
Nunca antes había sentido el golpe de un garrote y no podía agarrarlo.
Trước đây anh chưa bao giờ cảm nhận được cú đánh của một cây gậy và cũng không thể nắm bắt được nó.
Con un gruñido estridente, mitad ladrido, mitad grito, saltó de nuevo.
Với tiếng gầm gừ, nửa là sủa, nửa là la hét, nó lại nhảy lên.
Otro golpe brutal lo alcanzó y lo arrojó al suelo.
Một cú đánh tàn bạo khác đánh trúng anh ta và hất anh ta ngã xuống đất.
Esta vez Buck lo entendió: era el pesado garrote del hombre.
Lần này Buck đã hiểu - đó là cây dùi cui nặng nề của người đàn ông đó.
Pero la rabia lo cegó y no pensó en retirarse.
Nhưng cơn thịnh nộ đã làm anh ta mù quáng, và anh ta không hề nghĩ đến việc rút lui.
Doce veces se lanzó y doce veces cayó.
Mười hai lần anh ấy lao mình xuống và mười hai lần anh ấy ngã.
El palo de madera lo golpeaba cada vez con una fuerza despiadada y aplastante.
Mỗi lần như vậy, cây gậy gỗ lại đập anh ta một cách tàn nhẫn và mạnh mẽ.

Después de un golpe feroz, se tambaleó hasta ponerse de pie, aturdido y lento.
Sau một cú đánh dữ dội, anh ta loạng choạng đứng dậy, choáng váng và chậm chạp.
Le salía sangre de la boca, de la nariz y hasta de las orejas.
Máu chảy ra từ miệng, mũi và thậm chí cả tai của anh ta.
Su pelaje, otrora hermoso, estaba manchado de espuma sanguinolenta.
Bộ lông vốn đẹp đẽ của nó giờ đây lấm lem bọt máu.
Entonces el hombre se adelantó y le dio un golpe tremendo en la nariz.
Sau đó, người đàn ông bước tới và đấm một cú rất mạnh vào mũi.
La agonía fue más aguda que cualquier cosa que Buck hubiera sentido jamás.
Nỗi đau đớn này còn dữ dội hơn bất cứ điều gì Buck từng cảm thấy.
Con un rugido más de bestia que de perro, saltó nuevamente para atacar.
Với tiếng gầm giống tiếng dã thú hơn tiếng chó, nó lại lao tới tấn công.
Pero el hombre se agarró la mandíbula inferior y la torció hacia atrás.
Nhưng người đàn ông đó nắm lấy hàm dưới của anh ta và vặn nó về phía sau.
Buck se dio una vuelta de cabeza y volvió a caer con fuerza.
Buck lộn nhào và lại ngã mạnh xuống đất.
Una última vez, Buck cargó contra él, ahora apenas capaz de mantenerse en pie.
Lần cuối cùng, Buck lao vào anh, lúc này gần như không thể đứng vững được nữa.
El hombre atacó con una sincronización experta, dando el golpe final.
Người đàn ông này ra đòn với thời điểm chuẩn xác và tung ra đòn kết liễu.
Buck se desplomó en un montón, inconsciente e inmóvil.
Buck ngã gục xuống, bất tỉnh và không cử động.

"No es ningún inútil a la hora de domar perros, eso es lo que digo", gritó un hombre.

"Anh ta không phải là người chậm chạp trong việc huấn luyện chó, đó là những gì tôi muốn nói", một người đàn ông hét lên.

"Druther puede quebrar la voluntad de un perro cualquier día de la semana".

"Druther có thể bẻ gãy ý chí của một con chó săn bất kỳ ngày nào trong tuần."

"¡Y dos veces el domingo!" añadió el conductor.

"Và hai lần vào Chủ Nhật!" người lái xe nói thêm.

Se subió al carro y tiró de las riendas para partir.

Anh ta trèo lên xe ngựa và giật dây cương để rời đi.

Buck recuperó lentamente el control de su conciencia.

Buck từ từ lấy lại được sự kiểm soát của ý thức

Pero su cuerpo todavía estaba demasiado débil y roto para moverse.

nhưng cơ thể anh vẫn còn quá yếu và không thể di chuyển.

Se quedó donde había caído, observando al hombre del suéter rojo.

Anh nằm tại nơi mình đã ngã, nhìn người đàn ông mặc áo len đỏ.

"Responde al nombre de Buck", dijo el hombre, leyendo en voz alta.

"Anh ta mang tên Buck," người đàn ông đọc to và nói.

Citó la nota enviada con la caja de Buck y los detalles.

Ông trích dẫn từ tờ ghi chú gửi kèm với thùng hàng của Buck và các thông tin chi tiết.

—Bueno, Buck, muchacho —continuó el hombre con tono amistoso—.

"Được rồi, Buck, con trai của ta," người đàn ông tiếp tục với giọng điệu thân thiện,

"Hemos tenido nuestra pequeña pelea y ahora todo ha terminado entre nosotros".

"Chúng ta đã có cuộc chiến nhỏ rồi, và bây giờ mọi chuyện đã kết thúc giữa chúng ta."

"Tú has aprendido cuál es tu lugar y yo he aprendido cuál es el mío", añadió.

"Anh đã biết vị trí của mình, và tôi cũng đã biết vị trí của tôi", ông nói thêm.
"Sé bueno y todo irá bien y la vida será placentera".
"Hãy tốt, mọi việc sẽ ổn và cuộc sống sẽ dễ chịu."
"Pero si te portas mal, te daré una paliza, ¿entiendes?"
"Nhưng mà nếu mày hư, tao sẽ đánh cho mày tơi tả, hiểu chưa?"
Mientras hablaba, extendió la mano y acarició la cabeza dolorida de Buck.
Vừa nói, anh vừa đưa tay xoa đầu đau nhức của Buck.
El cabello de Buck se erizó ante el toque del hombre, pero no se resistió.
Tóc Buck dựng đứng khi người đàn ông chạm vào, nhưng anh không kháng cự.
El hombre le trajo agua, que Buck bebió a grandes tragos.
Người đàn ông mang nước đến cho Buck và Buck uống một hơi thật sâu.
Luego vino la carne cruda, que Buck devoró trozo a trozo.
Sau đó đến lượt thịt sống, Buck đã ăn ngấu nghiến từng miếng một.
Sabía que estaba derrotado, pero también sabía que no estaba roto.
Anh biết mình đã bị đánh bại, nhưng anh cũng biết mình chưa bị tan vỡ.
No tenía ninguna posibilidad contra un hombre armado con un garrote.
Anh ta không có cơ hội chống lại một người đàn ông cầm dùi cui.
Había aprendido la verdad y nunca olvidó esa lección.
Ông đã học được sự thật và không bao giờ quên bài học đó.
Esa arma fue el comienzo de la ley en el nuevo mundo de Buck.
Vũ khí đó chính là sự khởi đầu của luật pháp trong thế giới mới của Buck.
Fue el comienzo de un orden duro y primitivo que no podía negar.

Đó là sự khởi đầu của một trật tự nguyên thủy, khắc nghiệt mà ông không thể phủ nhận.
Aceptó la verdad; sus instintos salvajes ahora estaban despiertos.
Anh chấp nhận sự thật; bản năng hoang dã của anh giờ đã thức tỉnh.
El mundo se había vuelto más duro, pero Buck lo afrontó con valentía.
Thế giới ngày càng khắc nghiệt hơn, nhưng Buck vẫn dũng cảm đối mặt với nó.
Afrontó la vida con nueva cautela, astucia y fuerza silenciosa.
Ông đón nhận cuộc sống bằng sự thận trọng, khôn ngoan và sức mạnh thầm lặng mới.
Llegaron más perros, atados con cuerdas o cajas como había estado Buck.
Thêm nhiều con chó khác cũng bị trói bằng dây thừng hoặc bị nhốt trong thùng giống như Buck.
Algunos perros llegaron con calma, otros se enfurecieron y pelearon como bestias salvajes.
Một số con chó đến một cách bình tĩnh, những con khác thì nổi giận và chiến đấu như thú dữ.
Todos ellos quedaron bajo el dominio del hombre del suéter rojo.
Tất cả bọn họ đều nằm dưới sự cai trị của người đàn ông mặc áo len đỏ.
Cada vez, Buck observaba y veía cómo se desarrollaba la misma lección.
Mỗi lần, Buck đều theo dõi và chứng kiến cùng một bài học diễn ra.
El hombre con el garrote era la ley, un amo al que había que obedecer.
Người đàn ông cầm dùi cui chính là luật pháp; một người chủ mà mọi người phải tuân theo.
No necesitaba ser querido, pero sí obedecido.
Ông không cần được yêu mến, nhưng ông phải được tuân theo.

Buck nunca adulaba ni meneaba la cola como lo hacían los perros más débiles.
Buck không bao giờ nịnh hót hay vẫy đuôi như những con chó yếu hơn.
Vio perros que estaban golpeados y todavía lamían la mano del hombre.
Ông nhìn thấy những con chó bị đánh đập nhưng vẫn liếm tay người đàn ông.
Vio un perro que no obedecía ni se sometía en absoluto.
Ông nhìn thấy một con chó không chịu vâng lời hay phục tùng chút nào.
Ese perro luchó hasta que murió en la batalla por el control.
Con chó đó đã chiến đấu cho đến khi bị giết trong trận chiến giành quyền kiểm soát.
A veces, desconocidos venían a ver al hombre del suéter rojo.
Đôi khi có người lạ đến xem người đàn ông mặc áo len đỏ.
Hablaban en tonos extraños, suplicando, negociando y riendo.
Họ nói chuyện bằng giọng lạ, van xin, mặc cả và cười đùa.
Cuando se intercambiaba dinero, se iban con uno o más perros.
Khi trao đổi tiền, họ rời đi cùng một hoặc nhiều con chó.
Buck se preguntó a dónde habían ido esos perros, pues ninguno regresaba jamás.
Buck tự hỏi những con chó này đã đi đâu, vì không có con nào quay trở lại.
El miedo a lo desconocido llenaba a Buck cada vez que un hombre extraño se acercaba.
nỗi sợ hãi về điều chưa biết tràn ngập Buck mỗi khi một người đàn ông lạ đến
Se alegraba cada vez que se llevaban a otro perro en lugar de a él mismo.
anh ấy vui mừng mỗi lần có một con chó khác được bắt đi, thay vì chính mình.
Pero finalmente, llegó el turno de Buck con la llegada de un hombre extraño.

Nhưng cuối cùng, đến lượt Buck khi một người đàn ông lạ mặt xuất hiện.

Era pequeño, fibroso y hablaba un inglés deficiente y decía palabrotas.

Ông ta nhỏ con, gầy gò, nói tiếng Anh không chuẩn và hay chửi thề.

—¡Sacredam! —gritó cuando vio el cuerpo de Buck.

"Sacredam!" anh ta hét lên khi nhìn thấy khung xương của Buck.

—¡Qué perro tan bravucón! ¿Eh? ¿Cuánto? —preguntó en voz alta.

"Đó là một con chó bắt nạt chết tiệt! Hả? Bao nhiêu vậy?" anh ta hỏi lớn.

"Trescientos, y es un regalo a ese precio".

"Ba trăm, và anh ấy là một món quà với mức giá đó,"

—Como es dinero del gobierno, no deberías quejarte, Perrault.

"Vì đó là tiền của chính phủ, anh không nên phàn nàn, Perrault."

Perrault sonrió ante el trato que acababa de hacer con aquel hombre.

Perrault cười toe toét trước thỏa thuận mà anh vừa thực hiện với người đàn ông đó.

El precio de los perros se disparó debido a la repentina demanda.

Giá chó tăng vọt do nhu cầu tăng đột ngột.

Trescientos dólares no era injusto para una bestia tan bella.

Ba trăm đô la không phải là số tiền quá đắt đối với một con vật tuyệt vời như vậy.

El gobierno canadiense no perdería nada con el acuerdo

Chính phủ Canada sẽ không mất gì trong thỏa thuận này

Además sus despachos oficiales tampoco sufrirían demoras en el tránsito.

Và các công văn chính thức của họ cũng không bị chậm trễ trong quá trình vận chuyển.

Perrault conocía bien a los perros y podía ver que Buck era algo raro.

Perrault hiểu rõ về loài chó và có thể thấy Buck là một giống chó hiếm có.

"Uno entre diez diez mil", pensó mientras estudiaba la complexión de Buck.

"Một trong mười vạn," anh nghĩ khi quan sát vóc dáng của Buck.

Buck vio que el dinero cambiaba de manos, pero no mostró sorpresa.

Buck nhìn thấy tiền được trao tay nhưng không tỏ ra ngạc nhiên.

Pronto él y Curly, un gentil Terranova, fueron llevados lejos.

Chẳng bao lâu sau, anh ta và Xoăn, một chú chó Newfoundland hiền lành, đã bị dẫn đi.

Siguieron al hombrecito desde el patio del suéter rojo.

Họ đi theo người đàn ông nhỏ bé từ sân nhà chiếc áo len đỏ.

Esa fue la última vez que Buck vio al hombre con el garrote de madera.

Đó là lần cuối cùng Buck nhìn thấy người đàn ông cầm dùi cui gỗ.

Desde la cubierta del Narwhal vio cómo Seattle se desvanecía en la distancia.

Từ boong tàu Narwhal, ông nhìn thành phố Seattle mờ dần ở phía xa.

También fue la última vez que vio las cálidas tierras del Sur.

Đó cũng là lần cuối cùng ông nhìn thấy miền Nam ấm áp.

Perrault los llevó bajo cubierta y los dejó con François.

Perrault đưa họ xuống boong tàu và để lại cho François.

François era un gigante de cara negra y manos ásperas y callosas.

François là một gã khổng lồ có khuôn mặt đen và đôi bàn tay thô ráp, chai sạn.

Era oscuro y moreno, un mestizo francocanadiense.

Anh ta có làn da ngăm đen; mang trong mình dòng máu lai Pháp-Canada.

Para Buck, estos hombres eran de un tipo que nunca había visto antes.

Với Buck, những người đàn ông này là loại người mà anh chưa từng gặp trước đây.
En los días venideros conocería a muchos hombres así.
Trong những ngày tiếp theo, ông sẽ gặp nhiều người như vậy.
No llegó a encariñarse con ellos, pero llegó a respetarlos.
Ông không thích họ nhưng lại tỏ ra tôn trọng họ.
Eran justos y sabios, y no se dejaban engañar fácilmente por ningún perro.
Họ công bằng và khôn ngoan, không dễ bị lừa bởi bất kỳ con chó nào.
Juzgaban a los perros con calma y castigaban sólo cuando lo merecían.
Họ bình tĩnh phán đoán những chú chó và chỉ trừng phạt khi chúng đáng bị trừng phạt.
En la cubierta inferior del Narwhal, Buck y Curly se encontraron con dos perros.
Ở tầng dưới của Narwhal, Buck và Xoăn gặp hai chú chó.
Uno de ellos era un gran perro blanco procedente de la lejana y gélida región de Spitzbergen.
Một con là một con chó trắng lớn đến từ vùng Spitzbergen băng giá xa xôi.
Una vez navegó con un ballenero y se unió a un grupo de investigación.
Ông đã từng đi thuyền cùng một tàu săn cá voi và tham gia một nhóm khảo sát.
Era amigable de una manera astuta, deshonesta y tramposa.
Ông ta thân thiện theo một cách ranh mãnh, lén lút và gian xảo.
En su primera comida, robó un trozo de carne de la sartén de Buck.
Trong bữa ăn đầu tiên, anh ta đã lấy trộm một miếng thịt từ chảo của Buck.
Buck saltó para castigarlo, pero el látigo de François golpeó primero.
Buck nhảy tới định trừng phạt anh ta, nhưng roi của François đã đánh trước.
El ladrón blanco gritó y Buck recuperó el hueso robado.

Tên trộm da trắng hét lên và Buck đòi lại khúc xương đã đánh cắp.
Esa imparcialidad impresionó a Buck y François se ganó su respeto.
Sự công bằng đó đã gây ấn tượng với Buck và François đã giành được sự tôn trọng của anh.
El otro perro no saludó y no quiso recibir saludos a cambio.
Con chó kia không chào hỏi và cũng không muốn chào lại.
No robaba comida ni olfateaba con interés a los recién llegados.
Cậu bé không ăn trộm thức ăn, cũng không thích thú ngửi những con vật mới đến.
Este perro era sombrío y silencioso, melancólico y de movimientos lentos.
Con chó này có vẻ mặt nghiêm nghị và im lặng, u ám và di chuyển chậm chạp.
Le advirtió a Curly que se mantuviera alejada simplemente mirándola fijamente.
Anh ta cảnh báo Xoăn tránh xa bằng cách trừng mắt nhìn cô.
Su mensaje fue claro: déjenme en paz o habrá problemas.
Thông điệp của anh ấy rất rõ ràng: hãy để tôi yên nếu không sẽ xảy ra rắc rối.
Se llamaba Dave y apenas se fijaba en su entorno.
Anh ấy tên là Dave và anh ấy hầu như không để ý đến xung quanh.
Dormía a menudo, comía tranquilamente y bostezaba de vez en cuando.
Ông ngủ thường xuyên, ăn một cách lặng lẽ và thỉnh thoảng ngáp.

El barco zumbaba constantemente con la hélice golpeando debajo.
Con tàu liên tục kêu ầm ầm với tiếng chân vịt đập mạnh bên dưới.
Los días pasaron con pocos cambios, pero el clima se volvió más frío.

Nhiều ngày trôi qua mà không có nhiều thay đổi, nhưng thời tiết ngày càng lạnh hơn.

Buck podía sentirlo en sus huesos y notó que los demás también lo sentían.

Buck có thể cảm nhận điều đó trong xương tủy mình, và nhận thấy những người khác cũng vậy.

Entonces, una mañana, la hélice se detuvo y todo quedó en silencio.

Rồi một buổi sáng, cánh quạt dừng lại và mọi thứ trở nên tĩnh lặng.

Una energía recorrió la nave; algo había cambiado.

Một luồng năng lượng tràn ngập khắp con tàu; có điều gì đó đã thay đổi.

François bajó, les puso las correas y los trajo arriba.

François đi xuống, móc dây xích cho chúng và dắt chúng lên.

Buck salió y encontró el suelo suave, blanco y frío.

Buck bước ra ngoài và thấy mặt đất mềm, trắng và lạnh.

Saltó hacia atrás alarmado y resopló totalmente confundido.

Anh ta giật mình lùi lại và khịt mũi vì hoàn toàn bối rối.

Una extraña sustancia blanca caía del cielo gris.

Những vật thể màu trắng lạ rơi xuống từ bầu trời xám xịt.

Se sacudió, pero los copos blancos seguían cayendo sobre él.

Anh ta lắc mình nhưng những bông tuyết trắng vẫn tiếp tục rơi xuống người anh.

Olió con cuidado la sustancia blanca y lamió algunos trocitos helados.

Anh ta hít cẩn thận thứ chất lỏng màu trắng đó và liếm một vài viên đá.

El polvo ardió como fuego y luego desapareció de su lengua.

Bột cháy như lửa rồi biến mất ngay trên lưỡi anh ta.

Buck lo intentó de nuevo, desconcertado por la extraña frialdad que desaparecía.

Buck thử lại lần nữa, cảm thấy bối rối vì sự lạnh lẽo đột nhiên biến mất.

Los hombres que lo rodeaban se rieron y Buck se sintió avergonzado.

Những người đàn ông xung quanh anh cười, và Buck cảm thấy xấu hổ.
No sabía por qué, pero le avergonzaba su reacción.
Anh không biết tại sao nhưng anh cảm thấy xấu hổ vì phản ứng của mình.
Fue su primera experiencia con la nieve y le confundió.
Đây là lần đầu tiên cậu bé tiếp xúc với tuyết và nó khiến cậu bé bối rối.

La ley del garrote y el colmillo
Luật Côn và Nanh

El primer día de Buck en la playa de Dyea se sintió como una terrible pesadilla.
Ngày đầu tiên của Buck trên bãi biển Dyea giống như một cơn ác mộng kinh hoàng.
Cada hora traía nuevas sorpresas y cambios inesperados para Buck.
Mỗi giờ lại mang đến cho Buck những cú sốc mới và những thay đổi bất ngờ.
Lo habían sacado de la civilización y lo habían arrojado a un caos salvaje.
Anh ta đã bị kéo khỏi nền văn minh và bị ném vào cảnh hỗn loạn tột độ.
Aquella no era una vida soleada y tranquila, llena de aburrimiento y descanso.
Đây không phải là cuộc sống vui vẻ, lười biếng với sự buồn chán và nghỉ ngơi.
No había paz, ni descanso, ni momento sin peligro.
Không có sự bình yên, không có sự nghỉ ngơi, và không có khoảnh khắc nào không có nguy hiểm.
La confusión lo dominaba todo y el peligro siempre estaba cerca.
Sự hỗn loạn bao trùm mọi thứ và nguy hiểm luôn rình rập.
Buck tuvo que mantenerse alerta porque estos hombres y perros eran diferentes.
Buck phải luôn cảnh giác vì những người đàn ông và những con chó này rất khác nhau.
No eran de pueblos; eran salvajes y sin piedad.
Họ không phải là người thị trấn; họ hoang dã và không có lòng thương xót.
Estos hombres y perros sólo conocían la ley del garrote y el colmillo.
Những người đàn ông và chó này chỉ biết luật của dùi cui và nanh vuốt.

Buck nunca había visto perros pelear como estos salvajes huskies.
Buck chưa bao giờ thấy những con chó chiến đấu như những con chó husky hung dữ này.
Su primera experiencia le enseñó una lección que nunca olvidaría.
Trải nghiệm đầu tiên đã dạy cho anh một bài học mà anh sẽ không bao giờ quên.
Tuvo suerte de que no fuera él, o habría muerto también.
May mắn thay đó không phải là anh, nếu không anh cũng sẽ chết.
Curly fue el que sufrió mientras Buck observaba y aprendía.
Xoăn là người phải chịu đau khổ trong khi Buck chỉ quan sát và học hỏi.
Habían acampado cerca de una tienda construida con troncos.
Họ đã dựng trại gần một cửa hàng được dựng từ những khúc gỗ.
Curly intentó ser amigable con un husky grande, parecido a un lobo.
Xoăn cố gắng tỏ ra thân thiện với một chú chó husky to lớn trông giống sói.
El husky era más pequeño que Curly, pero parecía salvaje y malvado.
Con chó husky này nhỏ hơn Xoăn nhưng trông có vẻ hoang dã và hung dữ.
Sin previo aviso, saltó y le abrió el rostro.
Không báo trước, anh ta nhảy tới và chém vào mặt cô.
Sus dientes la atravesaron desde el ojo hasta la mandíbula en un solo movimiento.
Răng của hắn cắt từ mắt xuống hàm cô chỉ bằng một động tác.
Así era como peleaban los lobos: golpeaban rápido y saltaban.
Đây là cách loài sói chiến đấu - đánh nhanh và nhảy ra xa.
Pero había mucho más que aprender de ese único ataque.
Nhưng vẫn còn nhiều điều đáng học hơn từ cuộc tấn công đó.

Decenas de huskies entraron corriendo y formaron un círculo silencioso.
Hàng chục chú chó husky lao vào và tạo thành một vòng tròn im lặng.
Observaron atentamente y se lamieron los labios con hambre.
Họ quan sát kỹ lưỡng và liếm môi vì đói.
Buck no entendió su silencio ni sus miradas ansiosas.
Buck không hiểu được sự im lặng hay ánh mắt háo hức của họ.
Curly se apresuró a atacar al husky por segunda vez.
Xoăn lao tới tấn công con husky lần thứ hai.
Él usó su pecho para derribarla con un movimiento fuerte.
Anh ta dùng ngực đẩy cô ngã xuống bằng một động tác mạnh mẽ.
Ella cayó de lado y no pudo levantarse más.
Cô ấy ngã nghiêng và không thể đứng dậy được.
Eso era lo que los demás habían estado esperando todo el tiempo.
Đó chính là điều mà những người khác đã chờ đợi bấy lâu nay.
Los perros esquimales saltaron sobre ella, aullando y gruñendo frenéticamente.
Lũ chó Husky nhảy lên người cô, sủa inh ỏi và gầm gừ một cách điên cuồng.
Ella gritó cuando la enterraron bajo una pila de perros.
Cô ấy hét lên khi họ chôn cô ấy dưới một đống chó.
El ataque fue tan rápido que Buck se quedó paralizado por la sorpresa.
Cuộc tấn công diễn ra quá nhanh khiến Buck bị sốc và đứng im tại chỗ.
Vio a Spitz sacar la lengua de una manera que parecía una risa.
Anh ta thấy Spitz thè lưỡi ra trông giống như đang cười.
François cogió un hacha y corrió directamente hacia el grupo de perros.
François cầm lấy một chiếc rìu và chạy thẳng vào đàn chó.

Otros tres hombres usaron palos para ayudar a ahuyentar a los perros esquimales.
Ba người đàn ông khác dùng dùi cui để giúp đuổi những chú chó husky đi.

En sólo dos minutos, la pelea terminó y los perros desaparecieron.
Chỉ trong vòng hai phút, cuộc chiến đã kết thúc và những con chó đã biến mất.

Curly yacía muerta en la nieve roja y pisoteada, con su cuerpo destrozado.
Xoăn nằm chết trên đống tuyết đỏ bị giẫm đạp, cơ thể bị xé nát.

Un hombre de piel oscura estaba de pie sobre ella, maldiciendo la brutal escena.
Một người đàn ông da ngăm đen đứng bên cạnh cô, nguyền rủa cảnh tượng tàn khốc này.

El recuerdo permaneció con Buck y atormentó sus sueños por la noche.
Ký ức đó vẫn ám ảnh Buck và ám ảnh giấc mơ của cậu vào ban đêm.

Así era aquí: sin justicia, sin segundas oportunidades.
Ở đây chính là như vậy; không có sự công bằng, không có cơ hội thứ hai.

Una vez que un perro caía, los demás lo mataban sin piedad.
Một khi một con chó ngã xuống, những con khác sẽ giết không thương tiếc.

Buck decidió entonces que nunca se permitiría caer.
Buck lúc đó quyết định rằng anh sẽ không bao giờ cho phép mình ngã nữa.

Spitz volvió a sacar la lengua y se rió de la sangre.
Spitz lại thè lưỡi ra và cười nhạo máu.

Desde ese momento, Buck odió a Spitz con todo su corazón.
Từ khoảnh khắc đó trở đi, Buck căm ghét Spitz hết mực.

Antes de que Buck pudiera recuperarse de la muerte de Curly, sucedió algo nuevo.

Trước khi Buck kịp hồi phục sau cái chết của Xoăn, một điều mới đã xảy ra.

François se acercó y ató algo alrededor del cuerpo de Buck.
François tiến lại gần và buộc thứ gì đó quanh người Buck.

Era un arnés como los que usaban los caballos en el rancho.
Đó là một loại dây cương giống như loại dùng cho ngựa ở trang trại.

Así como Buck había visto trabajar a los caballos, ahora él también estaba obligado a trabajar.
Giống như Buck đã từng thấy ngựa làm việc, giờ đây nó cũng phải làm việc.

Tuvo que arrastrar a François en un trineo hasta el bosque cercano.
Anh ta phải kéo François trên xe trượt tuyết vào khu rừng gần đó.

Después tuvo que arrastrar una carga de leña pesada.
Sau đó, anh ta phải kéo về một đống củi nặng.

Buck era orgulloso, por eso le dolía que lo trataran como a un animal de trabajo.
Buck rất kiêu hãnh nên cảm thấy tổn thương khi bị đối xử như một con vật làm việc.

Pero él era sabio y no intentó luchar contra la nueva situación.
Nhưng ông rất khôn ngoan và không cố gắng chống lại tình hình mới.

Aceptó su nueva vida y dio lo mejor de sí en cada tarea.
Ông chấp nhận cuộc sống mới và cố gắng hết sức trong mọi nhiệm vụ.

Todo en la obra le resultaba extraño y desconocido.
Mọi thứ trong công việc đều lạ lẫm và xa lạ với anh.

Francisco era estricto y exigía obediencia sin demora.
François rất nghiêm khắc và yêu cầu phải tuân thủ ngay lập tức.

Su látigo garantizaba que cada orden fuera seguida al instante.
Chiếc roi của ông đảm bảo rằng mọi mệnh lệnh đều được tuân theo cùng một lúc.

Dave era el que conducía el trineo, el perro que estaba más cerca de él, detrás de Buck.
Dave là người lái xe, là chú chó ở gần xe trượt tuyết nhất, phía sau Buck.
Dave mordió a Buck en las patas traseras si cometía un error.
Dave sẽ cắn vào chân sau của Buck nếu nó phạm lỗi.
Spitz era el perro líder, hábil y experimentado en su función.
Spitz là chú chó dẫn đầu, có kỹ năng và kinh nghiệm trong vai trò này.
Spitz no pudo alcanzar a Buck fácilmente, pero aún así lo corrigió.
Spitz không thể dễ dàng tiếp cận Buck, nhưng vẫn chỉnh đốn anh ta.
Gruñó con dureza o tiró del trineo de maneras que le enseñaron a Buck.
Anh ta gầm gừ dữ dội hoặc kéo xe trượt tuyết theo cách mà Buck học được.
Con este entrenamiento, Buck aprendió más rápido de lo que cualquiera de ellos esperaba.
Nhờ sự đào tạo này, Buck đã học nhanh hơn bất kỳ ai mong đợi.
Trabajó duro y aprendió tanto de François como de los otros perros.
Anh ấy đã làm việc chăm chỉ và học hỏi từ cả François và những chú chó khác.
Cuando regresaron, Buck ya conocía los comandos clave.
Khi họ quay lại, Buck đã biết các lệnh chính.
Aprendió a detenerse al oír la palabra "ho" gracias a François.
Anh ấy học cách dừng lại khi nghe thấy tiếng "ho" của François.
Aprendió cuando tenía que tirar del trineo y correr.
Anh ấy đã học được cách khi nào thì phải kéo xe trượt tuyết và khi nào thì chạy.
Aprendió a girar abiertamente en las curvas del camino sin problemas.

Anh ấy đã học được cách rẽ rộng ở những khúc cua trên đường mòn mà không gặp khó khăn gì.
También aprendió a evitar a Dave cuando el trineo descendía rápidamente.
Cậu cũng học cách tránh Dave khi xe trượt tuyết lao xuống dốc nhanh.
"Son perros muy buenos", le dijo orgulloso François a Perrault.
"Chúng là những chú chó rất giỏi," François tự hào nói với Perrault.
"Ese Buck tira como un demonio. Le enseño rapidísimo".
"Con Buck đó kéo ghê quá — tôi dạy nó nhanh lắm."

Más tarde ese día, Perrault regresó con dos perros husky más.
Cùng ngày hôm đó, Perrault quay lại với hai chú chó husky nữa.
Se llamaban Billee y Joe y eran hermanos.
Tên họ là Billee và Joe, và họ là anh em.
Venían de la misma madre, pero no se parecían en nada.
Chúng cùng một mẹ nhưng lại không giống nhau chút nào.
Billee era de carácter dulce y muy amigable con todos.
Billee có tính tình ngọt ngào và thân thiện với mọi người.
Joe era todo lo contrario: tranquilo, enojado y siempre gruñendo.
Joe thì ngược lại — im lặng, tức giận và luôn gầm gừ.
Buck los saludó de manera amigable y se mostró tranquilo con ambos.
Buck chào đón họ một cách thân thiện và tỏ ra bình tĩnh với cả hai.
Dave no les prestó atención y permaneció en silencio como siempre.
Dave không để ý đến họ và vẫn im lặng như thường lệ.
Spitz atacó primero a Billee, luego a Joe, para demostrar su dominio.
Spitz tấn công đầu tiên vào Billee, sau đó là Joe để chứng tỏ sự thống trị của mình.

Billee movió la cola y trató de ser amigable con Spitz.
Billee vẫy đuôi và cố gắng tỏ ra thân thiện với Spitz.
Cuando eso no funcionó, intentó huir.
Khi cách đó không hiệu quả, anh ta lại cố gắng bỏ chạy.
Lloró tristemente cuando Spitz lo mordió fuerte en el costado.
Anh ấy khóc một cách buồn bã khi Spitz cắn anh ấy một cú mạnh vào hông.
Pero Joe era muy diferente y se negaba a dejarse intimidar.
Nhưng Joe thì rất khác biệt và không chịu bị bắt nạt.
Cada vez que Spitz se acercaba, Joe giraba rápidamente para enfrentarlo.
Mỗi lần Spitz đến gần, Joe lại nhanh chóng quay người lại để đối mặt với anh ta.
Su pelaje se erizó, sus labios se curvaron y sus dientes chasquearon salvajemente.
Lông của nó dựng đứng, môi cong lên và răng cắn lập cập dữ dội.
Los ojos de Joe brillaron de miedo y rabia, desafiando a Spitz a atacar.
Đôi mắt của Joe sáng lên vì sợ hãi và giận dữ, thách thức Spitz ra tay.
Spitz abandonó la lucha y se alejó, humillado y enojado.
Spitz bỏ cuộc chiến và quay đi, cảm thấy nhục nhã và tức giận.
Descargó su frustración en el pobre Billee y lo ahuyentó.
Anh ta trút cơn tức giận của mình lên Billee tội nghiệp và đuổi anh ta đi.
Esa noche, Perrault añadió un perro más al equipo.
Tối hôm đó, Perrault đã đưa thêm một chú chó nữa vào đội.
Este perro era viejo, delgado y cubierto de cicatrices de batalla.
Con chó này già, gầy và đầy vết sẹo do chiến đấu.
Le faltaba un ojo, pero el otro brillaba con poder.
Một bên mắt của anh ta bị mất, nhưng bên mắt còn lại thì sáng ngời đầy sức mạnh.
El nombre del nuevo perro era Solleks, que significaba "el enojado".

Tên của chú chó mới là Solleks, có nghĩa là Kẻ tức giận.
Al igual que Dave, Solleks no pidió nada a los demás y no dio nada a cambio.
Giống như Dave, Solleks không yêu cầu bất cứ điều gì từ người khác và cũng không đáp lại bất cứ điều gì.
Cuando Solleks entró lentamente al campamento, incluso Spitz se mantuvo alejado.
Khi Solleks từ từ bước vào trại, ngay cả Spitz cũng tránh xa.
Tenía un hábito extraño que Buck tuvo la mala suerte de descubrir.
Anh ta có một thói quen kỳ lạ mà Buck không may phát hiện ra.
A Solleks le disgustaba que se acercaran a él por el lado donde estaba ciego.
Solleks ghét bị tiếp cận ở phía mà anh không nhìn thấy.
Buck no sabía esto y cometió ese error por accidente.
Buck không biết điều này và đã vô tình mắc phải lỗi đó.
Solleks se dio la vuelta y cortó el hombro de Buck profunda y rápidamente.
Solleks quay lại và chém một nhát sâu và nhanh vào vai Buck.
A partir de ese momento, Buck nunca se acercó al lado ciego de Solleks.
Từ khoảnh khắc đó trở đi, Buck không bao giờ đến gần điểm mù của Solleks nữa.
Nunca volvieron a tener problemas durante el resto del tiempo que estuvieron juntos.
Họ không bao giờ gặp rắc rối nữa trong suốt thời gian còn lại bên nhau.
Solleks sólo quería que lo dejaran solo, como el tranquilo Dave.
Solleks chỉ muốn được ở một mình, giống như Dave trầm tính vậy.
Pero Buck se enteraría más tarde de que cada uno tenía otro objetivo secreto.
Nhưng sau đó Buck biết rằng mỗi người đều có một mục tiêu bí mật khác.

Esa noche, Buck se enfrentó a un nuevo y preocupante desafío: cómo dormir.
Đêm đó Buck phải đối mặt với một thử thách mới và khó khăn—làm sao để ngủ.
La tienda brillaba cálidamente con la luz de las velas en el campo nevado.
Căn lều ấm áp nhờ ánh nến giữa cánh đồng tuyết.
Buck entró, pensando que podría descansar allí como antes.
Buck bước vào trong, nghĩ rằng mình có thể nghỉ ngơi ở đó như trước.
Pero Perrault y François le gritaron y le lanzaron sartenes.
Nhưng Perrault và François đã hét vào mặt anh ta và ném chảo.
Sorprendido y confundido, Buck corrió hacia el frío helado.
Quá sốc và bối rối, Buck chạy ra ngoài trời lạnh cóng.
Un viento amargo le azotó el hombro herido y le congeló las patas.
Một cơn gió buốt nhói vào vai bị thương và làm tê cóng bàn chân của anh.
Se tumbó en la nieve y trató de dormir al aire libre.
Anh nằm xuống tuyết và cố gắng ngủ ngoài trời.
Pero el frío pronto le obligó a levantarse de nuevo, temblando mucho.
Nhưng cái lạnh nhanh chóng buộc anh phải đứng dậy, run rẩy dữ dội.
Deambuló por el campamento intentando encontrar un lugar más cálido.
Anh ta lang thang khắp trại, cố gắng tìm một nơi ấm áp hơn.
Pero cada rincón estaba tan frío como el anterior.
Nhưng mọi góc đều lạnh lẽo như trước.
A veces, perros salvajes saltaban sobre él desde la oscuridad.
Thỉnh thoảng, những con chó dữ từ trong bóng tối nhảy xổ vào anh.
Buck erizó su pelaje, mostró los dientes y gruñó en señal de advertencia.
Buck dựng lông, nhe răng và gầm gừ cảnh cáo.

Estaba aprendiendo rápido y los otros perros se alejaban rápidamente.
Chú chó này học rất nhanh, còn những chú chó khác thì nhanh chóng lùi lại.
Aún así, no tenía dónde dormir ni idea de qué hacer.
Tuy nhiên, anh vẫn không có nơi nào để ngủ và không biết phải làm gì.
Por fin se le ocurrió una idea: ver cómo estaban sus compañeros de equipo.
Cuối cùng, một ý nghĩ lóe lên trong đầu anh - kiểm tra đồng đội của mình.
Regresó a su zona y se sorprendió al descubrir que habían desaparecido.
Anh ta quay lại khu vực của họ và ngạc nhiên khi thấy họ đã biến mất.
Nuevamente buscó por todo el campamento, pero todavía no pudo encontrarlos.
Anh lại tìm kiếm khắp trại nhưng vẫn không tìm thấy họ.
Sabía que ellos no podían estar en la tienda, o él también lo estaría.
Anh biết họ không thể vào trong lều, nếu không anh cũng sẽ vào.
Entonces ¿a dónde se habían ido todos los perros en este campamento helado?
Vậy thì tất cả những chú chó đã đi đâu trong trại đông lạnh này?
Buck, frío y miserable, caminó lentamente alrededor de la tienda.
Buck, lạnh cóng và đau khổ, từ từ đi vòng quanh lều.
De repente, sus patas delanteras se hundieron en la nieve blanda y lo sobresaltó.
Đột nhiên, chân trước của nó lún vào lớp tuyết mềm khiến nó giật mình.
Algo se movió bajo sus pies y saltó hacia atrás asustado.
Có thứ gì đó ngọ nguậy dưới chân anh, và anh sợ hãi nhảy lùi lại.
Gruñó y rugió sin saber qué había debajo de la nieve.

Anh ta gầm gừ và gầm gừ, không biết có gì bên dưới lớp tuyết.
Entonces oyó un ladrido amistoso que alivió su miedo.
Sau đó, anh nghe thấy tiếng sủa nhỏ thân thiện làm dịu đi nỗi sợ hãi của anh.
Olfateó el aire y se acercó para ver qué estaba oculto.
Anh ta hít không khí và tiến lại gần hơn để xem thứ gì đang ẩn giấu.
Bajo la nieve, acurrucada en una bola cálida, estaba la pequeña Billee.
Dưới tuyết, cuộn tròn như một quả bóng ấm áp, là Billee bé nhỏ.
Billee movió la cola y lamió la cara de Buck para saludarlo.
Billee vẫy đuôi và liếm mặt Buck để chào đón nó.
Buck vio cómo Billee había hecho un lugar para dormir en la nieve.
Buck nhìn thấy Billee đã tạo ra một nơi ngủ trong tuyết.
Había cavado y usado su propio calor para mantenerse caliente.
Anh ta đã đào sâu xuống và dùng nhiệt của mình để giữ ấm.
Buck había aprendido otra lección: así era como dormían los perros.
Buck đã học được một bài học khác - đây chính là cách loài chó ngủ.
Eligió un lugar y comenzó a cavar su propio hoyo en la nieve.
Anh ta chọn một chỗ và bắt đầu đào một cái hố cho mình trong tuyết.
Al principio, se movía demasiado y desperdiciaba energía.
Lúc đầu, anh ấy di chuyển quá nhiều và lãng phí năng lượng.
Pero pronto su cuerpo calentó el espacio y se sintió seguro.
Nhưng cơ thể anh nhanh chóng làm ấm không gian đó và anh cảm thấy an toàn.
Se acurrucó fuertemente y al poco tiempo estaba profundamente dormido.
Anh cuộn mình thật chặt, và chẳng mấy chốc đã chìm vào giấc ngủ.

El día había sido largo y duro, y Buck estaba exhausto.
Một ngày dài và vất vả, và Buck đã kiệt sức.
Durmió profundamente y cómodamente, aunque sus sueños fueron salvajes.
Anh ngủ rất sâu và thoải mái, mặc dù giấc mơ của anh rất hoang dã.
Gruñó y ladró mientras dormía, retorciéndose mientras soñaba.
Anh ta gầm gừ và sủa trong lúc ngủ, vặn vẹo như đang mơ.

Buck no se despertó hasta que el campamento ya estaba cobrando vida.
Buck không thức dậy cho đến khi trại đã bắt đầu hoạt động.
Al principio, no sabía dónde estaba ni qué había sucedido.
Lúc đầu, anh không biết mình đang ở đâu và chuyện gì đã xảy ra.
Había nevado durante la noche y había enterrado completamente su cuerpo.
Tuyết rơi suốt đêm và chôn vùi hoàn toàn cơ thể anh.
La nieve lo apretaba por todos lados.
Tuyết dày đặc xung quanh anh, chặt chẽ ở mọi phía.
De repente, una ola de miedo recorrió todo el cuerpo de Buck.
Đột nhiên một làn sóng sợ hãi chạy khắp cơ thể Buck.
Era el miedo a quedar atrapado, un miedo que provenía de instintos profundos.
Đó là nỗi sợ bị mắc kẹt, nỗi sợ xuất phát từ bản năng sâu xa.
Aunque nunca había visto una trampa, el miedo vivía dentro de él.
Mặc dù chưa từng nhìn thấy bẫy nhưng nỗi sợ hãi vẫn hiện hữu bên trong anh.
Era un perro domesticado, pero ahora sus viejos instintos salvajes estaban despertando.
Anh ta là một chú chó ngoan ngoãn, nhưng giờ đây bản năng hoang dã của anh ta đang thức tỉnh.
Los músculos de Buck se tensaron y se le erizó el pelaje por toda la espalda.

Cơ bắp của Buck căng cứng, và lông trên lưng nó dựng đứng.
Gruñó ferozmente y saltó hacia arriba a través de la nieve.
Anh ta gầm gừ dữ dội và nhảy thẳng lên khỏi tuyết.
La nieve voló en todas direcciones cuando estalló la luz del día.
Tuyết bay tứ tung khắp nơi khi anh ta lao vào ánh sáng ban ngày.
Incluso antes de aterrizar, Buck vio el campamento extendido ante él.
Ngay cả trước khi đổ bộ, Buck đã nhìn thấy trại lính trải rộng trước mắt.
Recordó todo del día anterior, de repente.
Anh ấy nhớ lại mọi chuyện của ngày hôm trước cùng một lúc.
Recordó pasear con Manuel y terminar en ese lugar.
Anh nhớ đã đi dạo cùng Manuel và dừng chân ở nơi này.
Recordó haber cavado el hoyo y haberse quedado dormido en el frío.
Ông nhớ mình đã đào một cái hố và ngủ quên trong giá lạnh.
Ahora estaba despierto y el mundo salvaje que lo rodeaba estaba claro.
Bây giờ anh đã tỉnh và thế giới hoang dã xung quanh anh đã trở nên rõ ràng.
Un grito de François saludó la repentina aparición de Buck.
François hét lớn chào đón sự xuất hiện đột ngột của Buck.
—¿Qué te dije? —gritó en voz alta el conductor del perro a Perrault.
"Tôi đã nói gì cơ?" Người đánh xe chó hét lớn với Perrault.
"Ese Buck sin duda aprende muy rápido", añadió François.
François nói thêm: "Chắc chắn Buck học rất nhanh".
Perrault asintió gravemente, claramente satisfecho con el resultado.
Perrault gật đầu nghiêm túc, rõ ràng là hài lòng với kết quả.
Como mensajero del gobierno canadiense, transportaba despachos.
Với tư cách là người chuyển phát nhanh cho Chính phủ Canada, ông phụ trách chuyển phát công văn.

Estaba ansioso por encontrar los mejores perros para su importante misión.
Ông háo hức tìm những chú chó tốt nhất cho nhiệm vụ quan trọng của mình.
Se sintió especialmente complacido ahora que Buck era parte del equipo.
Anh cảm thấy đặc biệt vui mừng khi Buck đã trở thành thành viên của đội.
Se agregaron tres huskies más al equipo en una hora.
Ba chú chó husky nữa được thêm vào đội trong vòng một giờ.
Eso elevó el número total de perros en el equipo a nueve.
Như vậy, tổng số chó trong đội lên tới chín.
En quince minutos todos los perros estaban en sus arneses.
Trong vòng mười lăm phút, tất cả các chú chó đã được đeo dây nịt.
El equipo de trineos avanzaba por el sendero hacia Dyea Cañón.
Đội xe trượt tuyết đang lao lên con đường mòn hướng về Dyea Cañon.
Buck se sintió contento de partir, incluso si el trabajo que tenía por delante era duro.
Buck cảm thấy vui khi được rời đi, mặc dù công việc phía trước rất khó khăn.
Descubrió que no despreciaba especialmente el trabajo ni el frío.
Ông nhận ra rằng mình không thực sự ghét công việc lao động hay cái lạnh.
Le sorprendió el entusiasmo que llenaba a todo el equipo.
Ông ngạc nhiên trước sự háo hức tràn ngập khắp toàn đội.
Aún más sorprendente fue el cambio que se produjo en Dave y Solleks.
Điều đáng ngạc nhiên hơn nữa là sự thay đổi của Dave và Solleks.
Estos dos perros eran completamente diferentes cuando estaban enjaezados.
Hai con chó này hoàn toàn khác nhau khi chúng được kéo vào chuồng.

Su pasividad y falta de preocupación habían desaparecido por completo.
Sự thụ động và thiếu quan tâm của họ đã hoàn toàn biến mất.
Estaban alertas y activos, y ansiosos por hacer bien su trabajo.
Họ rất tỉnh táo và năng động, luôn mong muốn làm tốt công việc của mình.
Se irritaban ferozmente ante cualquier cosa que causara retraso o confusión.
Họ trở nên cực kỳ khó chịu với bất cứ điều gì gây ra sự chậm trễ hoặc nhầm lẫn.
El duro trabajo en las riendas era el centro de todo su ser.
Công việc khó khăn trên dây cương là trọng tâm của toàn bộ con người họ.
Tirar del trineo parecía ser lo único que realmente disfrutaban.
Có vẻ như kéo xe trượt tuyết là hoạt động duy nhất mà họ thực sự thích.
Dave estaba en la parte de atrás del grupo, más cerca del trineo.
Dave ở phía sau nhóm, gần chiếc xe trượt tuyết nhất.
Buck fue colocado delante de Dave, y Solleks se adelantó a Buck.
Buck được đặt ở phía trước Dave, và Solleks vượt lên trước Buck.
El resto de los perros estaban dispersos adelante, en una sola fila.
Những con chó còn lại được xếp thành một hàng dọc ở phía trước.
La posición de cabeza en la parte delantera quedó ocupada por Spitz.
Vị trí dẫn đầu ở phía trước được Spitz đảm nhiệm.
Buck había sido colocado entre Dave y Solleks para recibir instrucción.
Buck được đặt giữa Dave và Solleks để được hướng dẫn.
Él aprendía rápido y sus profesores eran firmes y capaces.

Ông học nhanh, còn họ là những giáo viên nghiêm khắc và có năng lực.

Nunca permitieron que Buck permaneciera en el error por mucho tiempo.

Họ không bao giờ cho phép Buck tiếp tục sai lầm lâu dài.

Enseñaron sus lecciones con dientes afilados cuando era necesario.

Họ dạy bài bằng sự sắc bén khi cần thiết.

Dave era justo y mostraba un tipo de sabiduría tranquila y seria.

Dave rất công bằng và thể hiện sự khôn ngoan một cách lặng lẽ, nghiêm túc.

Él nunca mordió a Buck sin una buena razón para hacerlo.

Anh ấy không bao giờ cắn Buck mà không có lý do chính đáng.

Pero nunca dejó de morder cuando Buck necesitaba corrección.

Nhưng anh ta không bao giờ bỏ lỡ cơ hội khi Buck cần được sửa sai.

El látigo de Francisco estaba siempre listo y respaldaba su autoridad.

Roi của François luôn sẵn sàng và ủng hộ quyền lực của họ.

Buck pronto descubrió que era mejor obedecer que defenderse.

Buck sớm nhận ra rằng tốt hơn là tuân lệnh thay vì chống trả.

Una vez, durante un breve descanso, Buck se enredó en las riendas.

Một lần, trong lúc nghỉ ngơi, Buck bị vướng vào dây cương.

Retrasó el inicio y confundió los movimientos del equipo.

Anh ta đã trì hoãn việc khởi hành và làm rối loạn chuyển động của đội.

Dave y Solleks se abalanzaron sobre él y le dieron una paliza brutal.

Dave và Solleks lao vào và đánh anh ta một trận tơi bời.

El enredo sólo empeoró, pero Buck aprendió bien la lección.

Sự rắc rối ngày càng tệ hơn, nhưng Buck đã học được bài học của mình.

A partir de entonces, mantuvo las riendas tensas y trabajó con cuidado.
Từ đó trở đi, ông luôn giữ chặt dây cương và làm việc một cách cẩn thận.
Antes de que terminara el día, Buck había dominado gran parte de su tarea.
Trước khi ngày kết thúc, Buck đã hoàn thành phần lớn nhiệm vụ của mình.
Sus compañeros casi dejaron de corregirlo y morderlo.
Các đồng đội của anh ấy gần như ngừng sửa lỗi hoặc cắn anh ấy.
El látigo de François resonaba cada vez con menos frecuencia en el aire.
Tiếng roi của François quất vào không khí ngày một thưa dần.
Perrault incluso levantó los pies de Buck y examinó cuidadosamente cada pata.
Perrault thậm chí còn nhấc chân Buck lên và cẩn thận kiểm tra từng bàn chân.
Había sido un día de carrera duro, largo y agotador para todos ellos.
Đó là một ngày chạy vất vả, dài và mệt mỏi đối với tất cả mọi người.
Viajaron por el Cañón, atravesando Sheep Camp y pasando por Scales.
Họ đi lên Cañon, qua Trại Cừu và qua Scales.
Cruzaron la línea de árboles, luego glaciares y bancos de nieve de muchos metros de profundidad.
Họ băng qua ranh giới rừng, rồi đến các sông băng và đống tuyết sâu hàng feet.
Escalaron la gran, fría y prohibitiva divisoria de Chilkoot.
Họ leo lên con đường Chilkoot Divide lạnh lẽo và hiểm trở.
Esa alta cresta se encontraba entre el agua salada y el interior helado.
Sườn núi cao đó nằm giữa nước mặn và vùng bên trong đóng băng.
Las montañas custodiaban con hielo y empinadas subidas el triste y solitario Norte.

Những ngọn núi bảo vệ miền Bắc buồn bã và cô đơn bằng băng giá và những con dốc đứng.
Avanzaron a buen ritmo por una larga cadena de lagos debajo de la divisoria.
Họ đã có thời gian tốt khi đi qua một chuỗi hồ dài bên dưới đường phân chia.
Esos lagos llenaban los antiguos cráteres de volcanes extintos.
Những hồ nước này lấp đầy các miệng núi lửa cổ xưa đã tắt.
Tarde esa noche, llegaron a un gran campamento en el lago Bennett.
Đêm hôm đó, họ đến một trại lớn ở Hồ Bennett.
Miles de buscadores de oro estaban allí, construyendo barcos para la primavera.
Hàng ngàn người tìm vàng đã có mặt ở đó để đóng thuyền cho mùa xuân.
El hielo se rompería pronto y tenían que estar preparados.
Băng sắp tan và họ phải sẵn sàng.
Buck cavó su hoyo en la nieve y cayó en un sueño profundo.
Buck đào một cái hố trong tuyết và chìm vào giấc ngủ sâu.
Durmió como un trabajador, exhausto por la dura jornada de trabajo.
Ông ngủ như một người lao động, kiệt sức sau một ngày làm việc vất vả.
Pero demasiado pronto, en la oscuridad, fue sacado del sueño.
Nhưng khi trời còn quá sớm, anh đã bị kéo ra khỏi giấc ngủ.
Fue enganchado nuevamente con sus compañeros y sujeto al trineo.
Anh ta lại được kéo cùng với những người bạn của mình và buộc vào xe trượt tuyết.
Aquel día hicieron cuarenta millas, porque la nieve estaba muy pisoteada.
Ngày hôm đó họ đi được bốn mươi dặm vì tuyết đã được giẫm nhiều.
Al día siguiente, y durante muchos días más, la nieve estaba blanda.

Ngày hôm sau, và nhiều ngày sau đó, tuyết vẫn mềm.
Tuvieron que hacer el camino ellos mismos, trabajando más duro y moviéndose más lento.
Họ phải tự mình tạo ra con đường, làm việc chăm chỉ hơn và di chuyển chậm hơn.
Por lo general, Perrault caminaba delante del equipo con raquetas de nieve palmeadas.
Thông thường, Perrault đi trước đội với đôi giày đi tuyết có màng.
Sus pasos compactaron la nieve, facilitando el movimiento del trineo.
Những bước chân của ông làm tuyết lún xuống, giúp xe trượt tuyết di chuyển dễ dàng hơn.
François, que dirigía el barco desde la dirección, a veces tomaba el relevo.
François, người lái từ cần lái, đôi khi lại tiếp quản.
Pero era raro que François tomara la iniciativa.
Nhưng hiếm khi François dẫn đầu
porque Perrault tenía prisa por entregar las cartas y los paquetes.
vì Perrault đang vội vã chuyển thư và bưu kiện.
Perrault estaba orgulloso de su conocimiento de la nieve, y especialmente del hielo.
Perrault tự hào về kiến thức của mình về tuyết, đặc biệt là băng.
Ese conocimiento era esencial porque el hielo en otoño era peligrosamente delgado.
Kiến thức đó rất cần thiết vì băng mùa thu rất mỏng.
Allí donde el agua fluía rápidamente bajo la superficie, no había hielo en absoluto.
Nơi nước chảy nhanh bên dưới bề mặt thì không hề có băng.

Día tras día, la misma rutina se repetía sin fin.
Ngày này qua ngày khác, thói quen đó cứ lặp đi lặp lại không hồi kết.
Buck trabajó incansablemente en las riendas desde el amanecer hasta la noche.

Buck miệt mài kéo dây cương từ sáng đến tối.
Abandonaron el campamento en la oscuridad, mucho antes de que saliera el sol.
Họ rời trại trong bóng tối, từ rất lâu trước khi mặt trời mọc.
Cuando amaneció, ya habían recorrido muchos kilómetros.
Khi trời sáng, họ đã đi được nhiều dặm đường rồi.
Acamparon después del anochecer, comieron pescado y excavaron en la nieve.
Họ dựng trại sau khi trời tối, ăn cá và đào hang trong tuyết.
Buck siempre tenía hambre y nunca estaba realmente satisfecho con su ración.
Buck luôn đói và không bao giờ thực sự hài lòng với khẩu phần ăn của mình.
Recibía una libra y media de salmón seco cada día.
Mỗi ngày ông nhận được một pound rưỡi cá hồi khô.
Pero la comida parecía desaparecer dentro de él, dejando atrás el hambre.
Nhưng thức ăn dường như biến mất bên trong anh, để lại cơn đói.
Sufría constantes dolores de hambre y soñaba con más comida.
Ông liên tục bị cơn đói hành hạ và mơ ước có nhiều thức ăn hơn.
Los otros perros sólo ganaron una libra, pero se mantuvieron fuertes.
Những con chó khác chỉ được một pound thức ăn, nhưng chúng vẫn khỏe mạnh.
Eran más pequeños y habían nacido en la vida del norte.
Họ nhỏ con hơn và được sinh ra ở miền Bắc.
Perdió rápidamente la meticulosidad que había caracterizado su antigua vida.
Ông nhanh chóng mất đi sự cầu kỳ vốn có trong cuộc sống trước đây của mình.
Había sido un comensal delicado, pero ahora eso ya no era posible.
Trước đây ông là người ăn uống thanh đạm, nhưng bây giờ điều đó không còn khả thi nữa.

Sus compañeros terminaron primero y le robaron su ración sobrante.
Những người bạn của anh ta đã ăn xong trước và cướp mất phần ăn còn lại của anh ta.

Una vez que empezaron, no había forma de defender su comida de ellos.
Một khi chúng bắt đầu, không có cách nào để bảo vệ thức ăn của anh khỏi chúng.

Mientras él luchaba contra dos o tres perros, los otros le robaron el resto.
Trong khi anh ta đánh đuổi hai hoặc ba con chó, những con khác đã đánh cắp số còn lại.

Para solucionar esto, comenzó a comer tan rápido como los demás.
Để khắc phục điều này, anh ấy bắt đầu ăn nhanh như những người khác.

El hambre lo empujó tan fuerte que incluso tomó comida que no era suya.
Cơn đói thúc đẩy anh ta đến mức anh ta thậm chí còn lấy cả thức ăn không phải của mình.

Observó a los demás y aprendió rápidamente de sus acciones.
Anh ấy quan sát những người khác và học hỏi nhanh chóng từ hành động của họ.

Vio a Pike, un perro nuevo, robarle una rebanada de tocino a Perrault.
Anh ta nhìn thấy Pike, một chú chó mới, đang ăn trộm một miếng thịt xông khói của Perrault.

Pike había esperado hasta que Perrault se dio la espalda para robarle el tocino.
Pike đã đợi cho đến khi Perrault quay lưng lại mới lấy trộm thịt xông khói.

Al día siguiente, Buck copió a Pike y robó todo el trozo.
Ngày hôm sau, Buck bắt chước Pike và đánh cắp toàn bộ miếng thịt.

Se produjo un gran alboroto, pero no se sospechó de Buck.
Một tiếng ồn lớn vang lên, nhưng Buck không bị nghi ngờ.

Dub, un perro torpe que siempre era atrapado, fue castigado.
Dub, một chú chó vụng về luôn bị bắt gặp, đã bị trừng phạt.
Ese primer robo marcó a Buck como un perro apto para sobrevivir en el Norte.
Vụ trộm đầu tiên đó đã đánh dấu Buck là một chú chó thích hợp để sinh tồn ở miền Bắc.
Demostró que podía adaptarse a nuevas condiciones y aprender rápidamente.
Ông đã chứng tỏ mình có thể thích nghi với điều kiện mới và học hỏi rất nhanh.
Sin esa adaptabilidad, habría muerto rápida y gravemente.
Nếu không có khả năng thích nghi đó, ông đã chết một cách nhanh chóng và thảm khốc.
También marcó el colapso de su naturaleza moral y de sus valores pasados.
Nó cũng đánh dấu sự suy sụp về bản chất đạo đức và các giá trị trong quá khứ của ông.
En el Sur, había vivido bajo la ley del amor y la bondad.
Ở miền Nam, ông sống theo luật yêu thương và lòng tốt.
Allí tenía sentido respetar la propiedad y los sentimientos de los otros perros.
Ở đó, việc tôn trọng tài sản và cảm xúc của những chú chó khác là điều hợp lý.
Pero en el Norte se aplicaba la ley del garrote y la ley del colmillo.
Nhưng vùng đất phía Bắc lại tuân theo luật dùi cui và luật nanh vuốt.
Quienquiera que respetara los viejos valores aquí sería un tonto y fracasaría.
Bất cứ ai tôn trọng các giá trị cũ ở đây đều là kẻ ngốc và sẽ thất bại.
Buck no razonó todo esto en su mente.
Buck không hề lý giải tất cả những điều này trong đầu.
Estaba en forma y se adaptó sin necesidad de pensar.
Anh ấy khỏe mạnh nên có thể điều chỉnh mà không cần phải suy nghĩ.
Durante toda su vida, nunca había huido de una pelea.

Trong suốt cuộc đời mình, ông chưa bao giờ chạy trốn khỏi một cuộc chiến.
Pero el garrote de madera del hombre del suéter rojo cambió esa regla.
Nhưng cây dùi cui gỗ của người đàn ông mặc áo len đỏ đã thay đổi quy luật đó.
Ahora seguía un código más profundo y antiguo escrito en su ser.
Bây giờ anh ấy tuân theo một quy tắc sâu sắc hơn, cũ kỹ hơn đã khắc sâu vào trong con người anh.
No robó por placer sino por el dolor del hambre.
Anh ta không ăn cắp vì thích thú mà vì đau đớn vì đói.
Él nunca robaba abiertamente, sino que hurtaba con astucia y cuidado.
Ông không bao giờ cướp một cách công khai mà ăn cắp một cách xảo quyệt và cẩn thận.
Actuó por respeto al garrote de madera y por miedo al colmillo.
Anh ta hành động như vậy vì tôn trọng cây gậy gỗ và sợ nanh.
En resumen, hizo lo que era más fácil y seguro que no hacerlo.
Tóm lại, ông đã làm những gì dễ dàng và an toàn hơn là không làm gì cả.
Su desarrollo —o quizás su regreso a los viejos instintos— fue rápido.
Sự phát triển của anh ấy—hay có lẽ là sự trở lại với bản năng cũ—diễn ra rất nhanh.
Sus músculos se endurecieron hasta sentirse tan fuertes como el hierro.
Cơ bắp của anh cứng lại cho đến khi chúng mạnh như sắt.
Ya no le importaba el dolor, a menos que fuera grave.
Anh ấy không còn quan tâm đến nỗi đau nữa, trừ khi đó là nỗi đau nghiêm trọng.
Se volvió eficiente por dentro y por fuera, sin desperdiciar nada.
Ông trở nên hiệu quả cả về bên trong lẫn bên ngoài, không lãng phí bất cứ thứ gì.

Podía comer cosas viles, podridas o difíciles de digerir.
Ông có thể ăn những thứ ghê tởm, thối rữa hoặc khó tiêu.
Todo lo que comía, su estómago aprovechaba hasta el último vestigio de valor.
Bất kể anh ta ăn gì, dạ dày cũng sử dụng hết mọi thứ có giá trị.
Su sangre transportaba los nutrientes a través de su poderoso cuerpo.
Máu của ông vận chuyển chất dinh dưỡng đi khắp cơ thể cường tráng của ông.
Esto creó tejidos fuertes que le dieron una resistencia increíble.
Điều này giúp xây dựng các mô khỏe mạnh mang lại cho anh sức bền đáng kinh ngạc.
Su vista y su olfato se volvieron mucho más sensibles que antes.
Thị giác và khứu giác của anh trở nên nhạy bén hơn trước rất nhiều.
Su audición se agudizó tanto que podía detectar sonidos débiles durante el sueño.
Thính giác của ông trở nên nhạy bén đến mức ông có thể phát hiện ra những âm thanh yếu ớt trong lúc ngủ.
Sabía en sueños si los sonidos significaban seguridad o peligro.
Trong mơ, anh biết những âm thanh đó có nghĩa là an toàn hay nguy hiểm.
Aprendió a morder el hielo entre los dedos de los pies con los dientes.
Anh ấy đã học cách cắn băng giữa các ngón chân bằng răng.
Si un charco de agua se congelaba, rompía el hielo con las piernas.
Nếu một vũng nước đóng băng, anh ta sẽ phá băng bằng chân của mình.
Se encabritó y golpeó con fuerza el hielo con sus rígidas patas delanteras.
Anh ta đứng thẳng dậy và đập mạnh xuống băng bằng đôi chân trước cứng đờ.

Su habilidad más sorprendente era predecir los cambios del viento durante la noche.
Khả năng nổi bật nhất của ông là dự đoán sự thay đổi của gió trong đêm.
Incluso cuando el aire estaba quieto, elegía lugares protegidos del viento.
Ngay cả khi không khí tĩnh lặng, ông vẫn chọn những nơi tránh gió.
Dondequiera que cavaba su nido, el viento del día siguiente lo pasaba de largo.
Bất cứ nơi nào nó đào tổ, cơn gió ngày hôm sau đều thổi ngang qua.
Siempre acababa abrigado y protegido, a sotavento de la brisa.
Anh ta luôn luôn ở nơi an toàn và được bảo vệ, khuất gió.
Buck no sólo aprendió con la experiencia: sus instintos también regresaron.
Buck không chỉ học được từ kinh nghiệm mà bản năng của anh cũng quay trở lại.
Los hábitos de las generaciones domesticadas comenzaron a desaparecer.
Thói quen của các thế hệ thuần hóa bắt đầu mất đi.
De manera vaga, recordaba los tiempos antiguos de su raza.
Ông mơ hồ nhớ lại thời xa xưa của giống nòi mình.
Recordó cuando los perros salvajes corrían en manadas por los bosques.
Anh nhớ lại thời những con chó hoang chạy thành bầy xuyên qua rừng.
Habían perseguido y matado a su presa mientras la perseguían.
Họ đã đuổi theo và giết chết con mồi trong khi truy đuổi.
Para Buck fue fácil aprender a pelear con dientes y velocidad.
Buck có thể dễ dàng học cách chiến đấu bằng sức mạnh và tốc độ.
Utilizaba cortes, tajos y chasquidos rápidos igual que sus antepasados.

Ông sử dụng các đòn cắt, chém và đập nhanh giống như tổ tiên của mình.
Aquellos antepasados se agitaron dentro de él y despertaron su naturaleza salvaje.
Những tổ tiên đó đã khuấy động bên trong anh và đánh thức bản chất hoang dã của anh.
Sus antiguas habilidades habían pasado a él a través de la línea de sangre.
Những kỹ năng cũ của họ đã được truyền vào anh thông qua dòng máu.
Sus trucos ahora eran suyos, sin necesidad de práctica ni esfuerzo.
Những mánh khóe của họ giờ đã là của anh, không cần phải luyện tập hay nỗ lực.

En las noches frías y quietas, Buck levantaba la nariz y aullaba.
Vào những đêm tĩnh lặng và lạnh giá, Buck hếch mũi lên và hú.
Aulló largo y profundamente, como lo hacían los lobos antaño.
Anh ta tru lên một tiếng dài và sâu, giống như tiếng tru của loài sói từ lâu.
A través de él, sus antepasados muertos apuntaron sus narices y aullaron.
Qua anh, tổ tiên đã khuất của anh hếch mũi và hú lên.
Aullaron a través de los siglos con su voz y su forma.
Họ đã hú vang qua nhiều thế kỷ bằng giọng nói và hình dáng của ông.
Sus cadencias eran las de ellos, viejos gritos que hablaban de dolor y frío.
Nhịp điệu của ông cũng giống như họ, tiếng kêu cũ rích báo hiệu nỗi đau buồn và giá lạnh.
Cantaron sobre la oscuridad, el hambre y el significado del invierno.
Họ hát về bóng tối, về cơn đói và ý nghĩa của mùa đông.

Buck demostró cómo la vida está determinada por fuerzas ajenas a uno mismo.
Buck đã chứng minh rằng cuộc sống được định hình bởi những thế lực bên ngoài bản thân mình,
La antigua canción se elevó a través de Buck y se apoderó de su alma.
bài hát cổ xưa vang lên trong Buck và chiếm lấy tâm hồn anh.
Se encontró a sí mismo porque los hombres habían encontrado oro en el Norte.
Ông đã tìm thấy chính mình vì con người đã tìm thấy vàng ở phương Bắc.
Y se encontró porque Manuel, el ayudante del jardinero, necesitaba dinero.
Và anh đã tìm thấy chính mình vì Manuel, người phụ việc làm vườn, đang cần tiền.

La Bestia Primordial Dominante
Quái thú nguyên thủy thống trị

La bestia primordial dominante era tan fuerte como siempre en Buck.
Con thú nguyên thủy thống trị vẫn mạnh mẽ như thường lệ trong Buck.
Pero la bestia primordial dominante yacía latente en él.
Nhưng con thú nguyên thủy thống trị vẫn ẩn núp bên trong anh ta.
La vida en el camino era dura, pero fortalecía a la bestia que Buck llevaba dentro.
Cuộc sống trên đường mòn thật khắc nghiệt, nhưng nó đã tôi luyện nên con thú bên trong Buck.
En secreto, la bestia se hacía cada día más fuerte.
Con thú này ngày càng mạnh mẽ hơn một cách bí ẩn.
Pero ese crecimiento interior permaneció oculto para el mundo exterior.
Nhưng sự phát triển bên trong đó vẫn ẩn giấu với thế giới bên ngoài.
Una fuerza primordial, tranquila y calmada se estaba construyendo dentro de Buck.
Một sức mạnh nguyên thủy yên tĩnh và tĩnh lặng đang hình thành bên trong Buck.
Una nueva astucia le proporcionó a Buck equilibrio, calma, control y aplomo.
Sự khôn ngoan mới mang lại cho Buck sự cân bằng, khả năng kiểm soát bình tĩnh và điềm đạm.
Buck se concentró mucho en adaptarse, sin sentirse nunca totalmente relajado.
Buck tập trung hết sức vào việc thích nghi và không bao giờ cảm thấy hoàn toàn thư giãn.
Él evitaba los conflictos, nunca iniciaba peleas ni buscaba problemas.
Ông tránh xung đột, không bao giờ gây gổ hay tìm kiếm rắc rối.

Una reflexión lenta y constante moldeó cada movimiento de Buck.
Một sự chu đáo chậm rãi, vững chắc định hình từng hành động của Buck.
Evitó las elecciones precipitadas y las decisiones repentinas e imprudentes.
Ông tránh những lựa chọn hấp tấp và những quyết định đột ngột, liều lĩnh.
Aunque Buck odiaba profundamente a Spitz, no le mostró ninguna agresión.
Mặc dù Buck rất ghét Spitz, nhưng anh không hề tỏ ra hung dữ.
Buck nunca provocó a Spitz y mantuvo sus acciones moderadas.
Buck không bao giờ khiêu khích Spitz và luôn kiềm chế hành động của mình.
Spitz, por otro lado, percibió el creciente peligro en Buck.
Ngược lại, Spitz cảm nhận được mối nguy hiểm đang gia tăng ở Buck.
Él veía a Buck como una amenaza y un serio desafío a su poder.
Ông coi Buck là mối đe dọa và là thách thức nghiêm trọng đối với quyền lực của mình.
Aprovechó cada oportunidad para gruñir y mostrar sus afilados dientes.
Anh ta tận dụng mọi cơ hội để gầm gừ và phô hàm răng sắc nhọn của mình.
Estaba tratando de iniciar la pelea mortal que estaba por venir.
Anh ta đang cố gắng bắt đầu cuộc chiến chết chóc sắp xảy ra.
Al principio del viaje casi se desató una pelea entre ellos.
Vào đầu chuyến đi, một cuộc ẩu đả gần như đã xảy ra giữa họ.
Pero un accidente inesperado detuvo la pelea.
Nhưng một tai nạn bất ngờ đã khiến cuộc chiến phải dừng lại.
Esa tarde acamparon en el gélido lago Le Barge.
Tối hôm đó, họ dựng trại trên hồ Le Barge lạnh buốt.

La nieve caía con fuerza y el viento cortaba como un cuchillo.
Tuyết rơi dày và gió cắt như dao.
La noche había llegado demasiado rápido y la oscuridad los rodeaba.
Đêm đã đến quá nhanh và bóng tối bao trùm lấy họ.
Difícilmente podrían haber elegido un peor lugar para descansar.
Họ khó có thể chọn một nơi nào tệ hơn để nghỉ ngơi.
Los perros buscaban desesperadamente un lugar donde tumbarse.
Những chú chó tuyệt vọng tìm kiếm một nơi để nằm xuống.
Detrás del pequeño grupo se alzaba una alta pared de roca.
Một bức tường đá cao dựng đứng phía sau nhóm nhỏ này.
La tienda de campaña había sido abandonada en Dyea para aligerar la carga.
Chiếc lều đã được để lại ở Dyea để giảm tải.
No les quedó más remedio que hacer el fuego sobre el propio hielo.
Họ không còn lựa chọn nào khác ngoài việc nhóm lửa trên chính băng.
Extendieron sus batas para dormir directamente sobre el lago helado.
Họ trải áo ngủ trực tiếp xuống mặt hồ đóng băng.
Unos cuantos palitos de madera flotante les dieron un poco de fuego.
Một vài thanh gỗ trôi dạt có thể giúp họ nhóm lửa.
Pero el fuego se construyó sobre el hielo y se descongeló a través de él.
Nhưng ngọn lửa được nhóm lên trên băng và tan chảy qua băng.
Al final, estaban comiendo su cena en la oscuridad.
Cuối cùng họ ăn tối trong bóng tối.
Buck se acurrucó junto a la roca, protegido del viento frío.
Buck cuộn mình bên cạnh tảng đá, tránh xa cơn gió lạnh.
El lugar era tan cálido y seguro que Buck odiaba mudarse.
Nơi này ấm áp và an toàn đến nỗi Buck ghét phải rời đi.

Pero François había calentado el pescado y estaba repartiendo raciones.
Nhưng François đã hâm nóng cá và phát khẩu phần ăn.
Buck terminó de comer rápidamente y regresó a su cama.
Buck ăn xong một cách nhanh chóng và quay trở lại giường.
Pero Spitz ahora estaba acostado donde Buck había hecho su cama.
Nhưng Spitz lúc này lại nằm ở nơi Buck đã nằm.
Un gruñido bajo advirtió a Buck que Spitz se negaba a moverse.
Một tiếng gầm gừ nhỏ cảnh báo Buck rằng Spitz từ chối di chuyển.
Hasta ahora, Buck había evitado esta pelea con Spitz.
Cho đến bây giờ, Buck vẫn tránh được cuộc chiến này với Spitz.
Pero en lo más profundo de Buck la bestia finalmente se liberó.
Nhưng sâu thẳm bên trong Buck, con thú cuối cùng đã vùng thoát.
El robo de su lugar para dormir era algo demasiado difícil de tolerar.
Việc mất cắp chỗ ngủ của anh ấy là điều không thể chấp nhận được.
Buck se lanzó hacia Spitz, lleno de ira y rabia.
Buck lao vào Spitz, đầy tức giận và phẫn nộ.
Hasta ahora Spitz había pensado que Buck era sólo un perro grande.
Cho đến tận bây giờ Spitz vẫn nghĩ Buck chỉ là một chú chó lớn.
No creía que Buck hubiera sobrevivido a través de su espíritu.
Anh không nghĩ Buck có thể sống sót nhờ vào tinh thần của anh.
Esperaba miedo y cobardía, no furia y venganza.
Ông mong đợi sự sợ hãi và hèn nhát chứ không phải sự giận dữ và trả thù.

François se quedó mirando mientras los dos perros salían del nido en ruinas.
François nhìn chằm chằm khi cả hai con chó lao ra khỏi tổ bị phá hủy.
Comprendió de inmediato lo que había iniciado la salvaje lucha.
Anh ta hiểu ngay lý do dẫn đến cuộc đấu tranh dữ dội này.
—¡Ah! —gritó François en apoyo del perro marrón.
"Aa-ah!" François hét lên để ủng hộ chú chó nâu.
¡Dale una paliza! ¡Por Dios, castiga a ese ladrón astuto!
"Đánh cho hắn một trận! Trời ơi, trừng phạt tên trộm gian xảo này!"
Spitz mostró la misma disposición y un entusiasmo salvaje por luchar.
Spitz cũng thể hiện sự sẵn sàng và háo hức chiến đấu mãnh liệt.
Gritó de rabia mientras giraba rápidamente en busca de una abertura.
Anh ta hét lên trong cơn thịnh nộ trong khi di chuyển vòng tròn nhanh chóng, tìm kiếm một khoảng trống.
Buck mostró el mismo hambre de luchar y la misma cautela.
Buck cũng thể hiện sự khao khát chiến đấu và sự thận trọng như vậy.
También rodeó a su oponente, intentando obtener la ventaja en la batalla.
Anh ta cũng bao quanh đối thủ của mình, cố gắng giành thế thượng phong trong trận chiến.
Entonces sucedió algo inesperado y lo cambió todo.
Sau đó, một điều bất ngờ đã xảy ra và thay đổi mọi thứ.
Ese momento retrasó la eventual lucha por el liderazgo.
Khoảnh khắc đó đã trì hoãn cuộc chiến giành quyền lãnh đạo sau này.
Muchos kilómetros de camino y lucha aún nos esperaban antes del final.
Nhiều dặm đường mòn và sự đấu tranh vẫn đang chờ đợi trước khi đến đích.

Perrault gritó un juramento cuando un garrote impactó contra el hueso.
Perrault hét lên lời thề khi một chiếc dùi cui đập vào xương.
Se escuchó un agudo grito de dolor y luego el caos explotó por todas partes.
Một tiếng thét đau đớn vang lên, sau đó hỗn loạn bùng nổ khắp nơi.
En el campamento se movían figuras oscuras: perros esquimales salvajes, hambrientos y feroces.
Những bóng đen di chuyển trong trại; những chú chó husky hoang dã, đói khát và hung dữ.
Cuatro o cinco docenas de perros esquimales habían olfateado el campamento desde lejos.
Bốn hoặc năm chục con chó husky đã đánh hơi khu trại từ xa.
Se habían colado sigilosamente mientras los dos perros peleaban cerca.
Họ đã lặng lẽ lẻn vào trong khi hai con chó đang đánh nhau gần đó.
François y Perrault atacaron con garrotes a los invasores.
François và Perrault lao tới, vung gậy vào những kẻ xâm lược.
Los perros esquimales hambrientos mostraron los dientes y contraatacaron frenéticamente.
Những chú chó husky đói khát nhe răng và chống trả dữ dội.
El olor a carne y a pan les había hecho perder todo miedo.
Mùi thịt và bánh mì đã giúp họ vượt qua mọi nỗi sợ hãi.
Perrault golpeó a un perro que había enterrado su cabeza en el cajón de comida.
Perrault đánh một con chó đã vùi đầu vào hộp đựng thức ăn.
El golpe fue muy fuerte y la caja se volcó, derramándose comida.
Cú đánh rất mạnh khiến chiếc hộp lật ngược lại, thức ăn đổ ra ngoài.
En cuestión de segundos, una veintena de bestias salvajes destrozaron el pan y la carne.
Chỉ trong vài giây, hàng chục con thú dữ đã xé nát ổ bánh mì và thịt.

Los garrotes de los hombres asestaron golpe tras golpe, pero ningún perro se apartó.
Những cây gậy của đàn ông liên tục giáng xuống những đòn đánh, nhưng không có con chó nào quay đi.

Aullaron de dolor, pero lucharon hasta que no quedó comida.
Họ hú lên vì đau đớn nhưng vẫn chiến đấu cho đến khi không còn thức ăn.

Mientras tanto, los perros de trineo habían saltado de sus camas nevadas.
Trong khi đó, những chú chó kéo xe đã nhảy ra khỏi lớp tuyết phủ của chúng.

Fueron atacados instantáneamente por los feroces y hambrientos huskies.
Họ ngay lập tức bị tấn công bởi những chú chó husky hung dữ và đói khát.

Buck nunca había visto criaturas tan salvajes y hambrientas antes.
Buck chưa bao giờ nhìn thấy những sinh vật hoang dã và đói khát như vậy.

Su piel colgaba suelta, ocultando apenas sus esqueletos.
Da của họ hở ra, gần như không thể che giấu bộ xương.

Había un fuego en sus ojos, de hambre y locura.
Có một ngọn lửa trong mắt họ, vì đói và điên cuồng

No había manera de detenerlos, de resistirse a su ataque salvaje.
Không có cách nào ngăn cản chúng; không thể chống lại sự lao tới dữ dội của chúng.

Los perros de trineo fueron empujados hacia atrás y presionados contra la pared del acantilado.
Những chú chó kéo xe bị đẩy lùi, ép vào vách đá.

Tres perros esquimales atacaron a Buck a la vez, desgarrando su carne.
Ba con chó husky tấn công Buck cùng một lúc, xé xác cậu.

La sangre le brotaba de la cabeza y de los hombros, donde había recibido el corte.
Máu chảy ra từ đầu và vai anh, nơi anh bị cắt.

El ruido llenó el campamento: gruñidos, aullidos y gritos de dolor.
Tiếng ồn tràn ngập khắp trại: tiếng gầm gừ, tiếng la hét và tiếng kêu đau đớn.
Billee gritó fuerte, como siempre, atrapada en la pelea y el pánico.
Billee khóc lớn như thường lệ, bị cuốn vào cuộc hỗn chiến và hoảng loạn.
Dave y Solleks estaban uno al lado del otro, sangrando pero desafiantes.
Dave và Solleks đứng cạnh nhau, máu chảy nhưng vẫn kiên cường.
Joe peleó como un demonio, mordiendo todo lo que se acercaba.
Joe chiến đấu như một con quỷ, cắn bất cứ thứ gì đến gần.
Aplastó la pata de un husky con un brutal chasquido de sus mandíbulas.
Anh ta nghiền nát chân của một con chó husky chỉ bằng một cú cắn mạnh mẽ.
Pike saltó sobre el husky herido y le rompió el cuello instantáneamente.
Pike nhảy lên con chó husky bị thương và bẻ gãy cổ nó ngay lập tức.
Buck agarró a un husky por el cuello y le arrancó la vena.
Buck tóm lấy cổ họng một con chó husky và xé toạc tĩnh mạch.
La sangre salpicó y el sabor cálido llevó a Buck al frenesí.
Máu phun ra, và hương vị ấm áp khiến Buck trở nên điên cuồng.
Se abalanzó sobre otro atacante sin dudarlo.
Anh ta lao vào kẻ tấn công khác mà không chút do dự.
En ese mismo momento, unos dientes afilados se clavaron en la garganta de Buck.
Cùng lúc đó, hàm răng sắc nhọn cắm vào cổ họng Buck.
Spitz había atacado desde un costado, sin previo aviso.
Spitz đã tấn công từ bên cạnh mà không báo trước.
Perrault y François habían derrotado a los perros robando la comida.

Perrault và François đã đánh bại được lũ chó ăn trộm thức ăn.
Ahora se apresuraron a ayudar a sus perros a luchar contra los atacantes.
Bây giờ họ vội vã chạy đến giúp chó của mình chống trả lại kẻ tấn công.
Los perros hambrientos se retiraron mientras los hombres blandían sus garrotes.
Những con chó đói lùi lại khi những người đàn ông vung dùi cui.
Buck se liberó del ataque, pero el escape fue breve.
Buck thoát khỏi cuộc tấn công, nhưng chỉ thoát được trong chốc lát.
Los hombres corrieron a salvar a sus perros, y los huskies volvieron a atacarlos.
Những người đàn ông chạy đi cứu chó của họ, và đàn chó husky lại kéo đến.
Billee, aterrorizado y valiente, saltó hacia la jauría de perros.
Billee, sợ hãi đến mức can đảm, nhảy vào bầy chó.
Pero luego huyó a través del hielo, presa del terror y el pánico.
Nhưng sau đó anh ta bỏ chạy qua băng trong sự sợ hãi và hoảng loạn tột độ.
Pike y Dub los siguieron de cerca, corriendo para salvar sus vidas.
Pike và Dub chạy theo sát phía sau để thoát thân.
El resto del equipo se separó y se dispersó, siguiéndolos.
Phần còn lại của đội tan rã và tản ra, đuổi theo họ.
Buck reunió sus fuerzas para correr, pero entonces vio un destello.
Buck cố gắng tập trung sức lực để chạy, nhưng rồi nhìn thấy một tia sáng.
Spitz se abalanzó sobre el costado de Buck, intentando derribarlo al suelo.
Spitz lao vào bên cạnh Buck, cố gắng vật anh ta xuống đất.
Bajo esa turba de perros esquimales, Buck no habría tenido escapatoria.
Với bầy chó husky đó, Buck sẽ không có lối thoát.

Pero Buck se mantuvo firme y se preparó para el golpe de Spitz.
Nhưng Buck vẫn đứng vững và chuẩn bị đón nhận cú đánh của Spitz.
Luego se dio la vuelta y salió corriendo al hielo con el equipo que huía.
Sau đó, anh ta quay người và chạy ra sân băng cùng với đội đang bỏ chạy.

Más tarde, los nueve perros de trineo se reunieron al abrigo del bosque.
Sau đó, chín chú chó kéo xe tập trung tại nơi trú ẩn trong rừng.
Ya nadie los perseguía, pero estaban maltratados y heridos.
Không còn ai đuổi theo họ nữa, nhưng họ đã bị đánh đập và bị thương.
Cada perro tenía heridas: cuatro o cinco cortes profundos en cada cuerpo.
Mỗi con chó đều có vết thương; bốn hoặc năm vết cắt sâu trên cơ thể.
Dub tenía una pata trasera herida y ahora le costaba caminar.
Dub bị thương ở chân sau và hiện đang gặp khó khăn khi đi lại.
Dolly, la perrita más nueva de Dyea, tenía la garganta cortada.
Dolly, chú chó mới nhất từ Dyea, bị cắt cổ họng.
Joe había perdido un ojo y la oreja de Billee estaba cortada en pedazos.
Joe đã mất một mắt, và tai của Billee đã bị cắt thành từng mảnh
Todos los perros lloraron de dolor y derrota durante toda la noche.
Tất cả các chú chó đều kêu khóc vì đau đớn và thất bại suốt đêm.
Al amanecer regresaron al campamento doloridos y destrozados.
Lúc rạng sáng, họ lê bước trở về trại, đau nhức và mệt mỏi.

Los perros esquimales habían desaparecido, pero el daño ya estaba hecho.
Những chú chó husky đã biến mất, nhưng thiệt hại thì đã xảy ra.
Perrault y François estaban de mal humor ante las ruinas.
Perrault và François đứng trong tâm trạng bực bội khi nhìn thấy đống đổ nát.
La mitad de la comida había desaparecido, robada por los ladrones hambrientos.
Một nửa số thức ăn đã biến mất, bị những tên trộm đói khát cướp mất.
Los perros esquimales habían destrozado las ataduras y la lona del trineo.
Lũ chó husky đã xé toạc dây buộc và vải bạt của xe trượt tuyết.
Todo lo que tenía olor a comida había sido devorado por completo.
Bất cứ thứ gì có mùi thức ăn đều bị ăn hết.
Se comieron un par de botas de viaje de piel de alce de Perrault.
Họ đã ăn một đôi giày đi du lịch bằng da nai của Perrault.
Masticaban correas de cuero y arruinaban las correas hasta dejarlas inservibles.
Họ nhai dây da và làm hỏng dây đeo đến mức không thể sử dụng được.
François dejó de mirar el látigo roto para revisar a los perros.
François ngừng nhìn chằm chằm vào sợi roi rách để kiểm tra lũ chó.
—Ah, amigos míos —dijo en voz baja y llena de preocupación.
"Ồ, bạn của tôi," anh nói, giọng nói trầm và đầy lo lắng.
"Tal vez todas estas mordeduras os conviertan en bestias locas."
"Có lẽ tất cả những vết cắn này sẽ biến bạn thành những con thú điên cuồng."
—¡Quizás todos sean perros rabiosos, sacredam! ¿Qué opinas, Perrault?

"Có lẽ tất cả đều là chó điên, thánh thần ơi! Anh nghĩ sao, Perrault?"

Perrault meneó la cabeza; sus ojos estaban oscuros por la preocupación y el miedo.

Perrault lắc đầu, đôi mắt tối sầm lại vì lo lắng và sợ hãi.

Todavía había cuatrocientas millas entre ellos y Dawson.

Vẫn còn khoảng cách bốn trăm dặm giữa họ và Dawson.

La locura canina ahora podría destruir cualquier posibilidad de supervivencia.

Sự điên cuồng của loài chó hiện nay có thể phá hủy mọi cơ hội sống sót.

Pasaron dos horas maldiciendo y tratando de arreglar el engranaje.

Họ mất hai giờ để chửi thề và cố gắng sửa chữa thiết bị.

El equipo herido finalmente abandonó el campamento, destrozado y derrotado.

Cuối cùng, đội bị thương phải rời khỏi trại trong tâm trạng tan vỡ và thất bại.

Éste fue el camino más difícil hasta ahora y cada paso era doloroso.

Đây là con đường khó khăn nhất từ trước đến nay và mỗi bước đi đều đau đớn.

El río Treinta Millas no se había congelado y su caudal corría con fuerza.

Sông Thirty Mile chưa đóng băng và đang chảy xiết.

Sólo en los lugares tranquilos y en los remolinos el hielo logró retenerse.

Chỉ ở những nơi yên tĩnh và có dòng nước xoáy thì băng mới có thể giữ được.

Pasaron seis días de duro trabajo hasta recorrer las treinta millas.

Sáu ngày lao động khổ sai đã trôi qua cho đến khi hoàn thành được ba mươi dặm.

Cada kilómetro del camino traía consigo peligro y amenaza de muerte.

Mỗi dặm đường mòn đều mang đến nguy hiểm và đe dọa đến tính mạng.

Los hombres y los perros arriesgaban sus vidas con cada doloroso paso.
Những người đàn ông và chó đều liều mạng sống của mình với mỗi bước đi đau đớn.

Perrault rompió delgados puentes de hielo una docena de veces diferentes.
Perrault đã phá vỡ những cây cầu băng mỏng hàng chục lần.

Llevó un palo y lo dejó caer sobre el agujero que había hecho su cuerpo.
Anh ta cầm một cây sào và thả nó rơi ngang qua cái lỗ do cơ thể anh ta tạo ra.

Más de una vez ese palo salvó a Perrault de ahogarse.
Chiếc sào đó đã không chỉ một lần cứu Perrault khỏi chết đuối.

La ola de frío se mantuvo firme y el aire estaba a cincuenta grados bajo cero.
Thời tiết lạnh giá vẫn tiếp diễn, nhiệt độ không khí là âm năm mươi độ.

Cada vez que se caía, Perrault tenía que encender un fuego para sobrevivir.
Mỗi lần rơi xuống nước, Perrault phải đốt lửa để sống sót.

La ropa mojada se congelaba rápidamente, por lo que la secaba cerca del calor abrasador.
Quần áo ướt đông cứng rất nhanh nên anh phải phơi chúng gần nơi có nhiệt độ cao.

Ningún miedo afectó jamás a Perrault, y eso lo convirtió en mensajero.
Không một nỗi sợ hãi nào có thể chạm tới Perrault, và điều đó đã biến anh thành một người đưa tin.

Fue elegido para el peligro y lo afrontó con tranquila resolución.
Anh được chọn để đương đầu với nguy hiểm, và anh đã đón nhận nó bằng sự quyết tâm thầm lặng.

Avanzó contra el viento, con el rostro arrugado y congelado.
Ông ta tiến về phía trước trong gió, khuôn mặt nhăn nheo và cóng lạnh.

Desde el amanecer hasta el anochecer, Perrault los condujo hacia adelante.
Từ lúc rạng đông cho đến lúc đêm xuống, Perrault dẫn họ tiến lên.
Caminó sobre un estrecho borde de hielo que se agrietaba con cada paso.
Anh ta bước đi trên vành băng hẹp, nứt ra sau mỗi bước chân.
No se atrevieron a detenerse: cada pausa suponía el riesgo de un colapso mortal.
Họ không dám dừng lại - mỗi lần dừng lại đều có nguy cơ ngã gục chết người.
Una vez, el trineo se abrió paso y arrastró a Dave y Buck.
Có lần chiếc xe trượt tuyết bị rơi xuống, kéo Dave và Buck vào trong.
Cuando los liberaron, ambos estaban casi congelados.
Khi họ được kéo ra, cả hai đều gần như bị đông cứng.
Los hombres hicieron un fuego rápidamente para mantener con vida a Buck y Dave.
Những người đàn ông nhanh chóng nhóm lửa để giữ cho Buck và Dave sống sót.
Los perros estaban cubiertos de hielo desde la nariz hasta la cola, rígidos como madera tallada.
Những con chó bị phủ đầy băng từ mũi đến đuôi, cứng đờ như gỗ chạm khắc.
Los hombres los hicieron correr en círculos cerca del fuego para descongelar sus cuerpos.
Những người đàn ông chạy chúng theo vòng tròn gần lửa để rã đông cơ thể.
Se acercaron tanto a las llamas que su pelaje se quemó.
Họ đến gần ngọn lửa đến nỗi lông của họ bị cháy xém.
Luego Spitz rompió el hielo y arrastró al equipo detrás de él.
Spitz tiếp tục phá vỡ lớp băng, kéo theo cả đội phía sau mình.
La ruptura llegó hasta donde Buck estaba tirando.
Lực phanh kéo dài tới tận chỗ Buck đang kéo.
Buck se reclinó con fuerza hacia atrás, sus patas resbalaron y temblaron en el borde.

Buck ngả người mạnh về phía sau, bàn chân trượt đi và run rẩy ở mép.

Dave también se esforzó hacia atrás, justo detrás de Buck en la línea.

Dave cũng căng người về phía sau, ngay sau Buck trên vạch đích.

François tiró del trineo; sus músculos crujían por el esfuerzo.

François kéo xe trượt tuyết, cơ bắp của anh kêu răng rắc vì gắng sức.

En otra ocasión, el borde del hielo se agrietó delante y detrás del trineo.

Một lần khác, vành băng nứt ra trước và sau xe trượt tuyết.

No tenían otra salida que escalar una pared del acantilado congelado.

Họ không còn cách nào khác ngoài việc trèo lên vách đá đóng băng.

De alguna manera Perrault logró escalar el muro; un milagro lo mantuvo con vida.

Bằng cách nào đó Perrault đã trèo được lên tường; một phép màu đã giúp anh sống sót.

François se quedó abajo, rezando por tener la misma suerte.

François ở lại bên dưới, cầu nguyện để có được may mắn tương tự.

Ataron todas las correas, amarres y tirantes hasta formar una cuerda larga.

Họ buộc tất cả dây đai, dây buộc và dây thừng thành một sợi dây dài.

Los hombres subieron cada perro, uno a uno, hasta la cima.

Những người đàn ông kéo từng con chó lên đỉnh, từng con một.

François subió el último, después del trineo y toda la carga.

François là người leo cuối cùng, sau chiếc xe trượt tuyết và toàn bộ hàng hóa.

Entonces comenzó una larga búsqueda de un camino para bajar de los acantilados.

Sau đó bắt đầu cuộc tìm kiếm đường đi xuống từ vách đá.

Finalmente descendieron usando la misma cuerda que habían hecho.
Cuối cùng họ đi xuống bằng chính sợi dây họ đã làm.
La noche cayó cuando regresaron al lecho del río, exhaustos y doloridos.
Đêm xuống khi họ trở lại lòng sông, kiệt sức và đau nhức.
El día completo les había proporcionado sólo un cuarto de milla de ganancia.
Họ phải mất cả một ngày để đi được chỉ một phần tư dặm.
Cuando llegaron a Hootalinqua, Buck estaba agotado.
Khi họ đến Hootalinqua, Buck đã kiệt sức.
Los demás perros sufrieron igual de mal las condiciones del sendero.
Những con chó khác cũng bị ảnh hưởng nghiêm trọng vì điều kiện đường mòn.
Pero Perrault necesitaba recuperar tiempo y los presionaba cada día.
Nhưng Perrault cần phải dành thời gian và thúc đẩy họ làm việc mỗi ngày.
El primer día viajaron treinta millas hasta Big Salmon.
Ngày đầu tiên họ đi ba mươi dặm đến Big Salmon.
Al día siguiente viajaron treinta y cinco millas hasta Little Salmon.
Ngày hôm sau họ đi ba mươi lăm dặm đến Little Salmon.
Al tercer día avanzaron a través de cuarenta largas y heladas millas.
Vào ngày thứ ba, họ đã đi qua bốn mươi dặm đường dài đóng băng.
Para entonces, se estaban acercando al asentamiento de Five Fingers.
Khi đó, họ đã gần đến khu định cư Five Fingers.

Los pies de Buck eran más suaves que los duros pies de los huskies nativos.
Bàn chân của Buck mềm mại hơn bàn chân cứng của loài chó husky bản địa.

Sus patas se habían vuelto tiernas a lo largo de muchas generaciones civilizadas.
Bàn chân của ông đã trở nên mềm mại hơn qua nhiều thế hệ văn minh.
Hace mucho tiempo, sus antepasados habían sido domesticados por hombres del río o cazadores.
Ngày xưa, tổ tiên của ông đã được thuần hóa bởi những người dân ven sông hoặc thợ săn.
Todos los días Buck cojeaba de dolor, caminando sobre sus patas doloridas y en carne viva.
Ngày nào Buck cũng khập khiễng vì đau đớn, bước đi trên đôi bàn chân đau nhức, thô ráp.
En el campamento, Buck cayó como un cuerpo sin vida sobre la nieve.
Tại trại, Buck ngã xuống như một xác chết trên tuyết.
Aunque estaba hambriento, Buck no se levantó a comer su cena.
Mặc dù rất đói, Buck vẫn không đứng dậy để ăn bữa tối.
François le trajo a Buck su ración, poniendo pescado junto a su hocico.
François mang khẩu phần ăn của mình đến cho Buck, đặt con cá cạnh mõm nó.
Cada noche, el conductor frotaba los pies de Buck durante media hora.
Mỗi đêm, người lái xe xoa bóp chân cho Buck trong nửa giờ.
François incluso cortó sus propios mocasines para hacer calzado para perros.
François thậm chí còn tự cắt giày moccasin của mình để làm giày cho chó.
Cuatro zapatos cálidos le dieron a Buck un gran y bienvenido alivio.
Bốn chiếc giày ấm áp mang lại cho Buck cảm giác thoải mái và dễ chịu.
Una mañana, François olvidó los zapatos y Buck se negó a levantarse.
Một buổi sáng, François quên mang giày và Buck từ chối đứng dậy.

Buck yacía de espaldas, con los pies en el aire, agitándolos lastimeramente.
Buck nằm ngửa, hai chân giơ lên cao, vẫy vẫy một cách đáng thương.
Incluso Perrault sonrió al ver la dramática súplica de Buck.
Ngay cả Perrault cũng cười toe toét khi chứng kiến lời cầu xin đầy kịch tính của Buck.
Pronto los pies de Buck se endurecieron y los zapatos pudieron desecharse.
Chẳng bao lâu sau, chân Buck trở nên cứng lại và đôi giày có thể bỏ đi.
En Pelly, durante el periodo de uso del arnés, Dolly emitió un aullido terrible.
Ở Pelly, trong thời gian kéo dây cương, Dolly hú lên một tiếng kinh hoàng.
El grito fue largo y lleno de locura, sacudiendo a todos los perros.
Tiếng kêu kéo dài và đầy sự điên cuồng, khiến cả con chó cũng phải run sợ.
Cada perro se erizaba de miedo sin saber el motivo.
Mỗi con chó đều dựng đứng lên vì sợ hãi mà không biết lý do.
Dolly se volvió loca y se arrojó directamente hacia Buck.
Dolly đã phát điên và lao thẳng vào Buck.
Buck nunca había visto la locura, pero el horror llenó su corazón.
Buck chưa bao giờ chứng kiến cảnh điên loạn, nhưng nỗi kinh hoàng tràn ngập trái tim anh.
Sin pensarlo, se dio la vuelta y huyó presa del pánico absoluto.
Không chút suy nghĩ, anh ta quay người và bỏ chạy trong sự hoảng loạn tột độ.
Dolly lo persiguió con los ojos desorbitados y la saliva saliendo de sus mandíbulas.
Dolly đuổi theo anh ta, mắt trợn trừng, nước bọt chảy ra từ hàm.
Ella se mantuvo justo detrás de Buck, sin ganar terreno ni quedarse atrás.

Cô luôn bám sát Buck, không bao giờ tiến lên và cũng không bao giờ tụt lại phía sau.

Buck corrió a través del bosque, bajó por la isla y cruzó el hielo irregular.

Buck chạy qua rừng, xuống đảo, băng qua lớp băng gồ ghề.

Cruzó hacia una isla, luego hacia otra, dando la vuelta nuevamente hasta el río.

Anh ta băng qua một hòn đảo, rồi một hòn đảo khác, rồi vòng trở lại bờ sông.

Aún así Dolly lo persiguió, con su gruñido detrás de cada paso.

Dolly vẫn đuổi theo anh ta, tiếng gầm gừ của cô ta vang lên sát sau mỗi bước đi.

Buck podía oír su respiración y su rabia, aunque no se atrevía a mirar atrás.

Buck có thể nghe thấy hơi thở và cơn thịnh nộ của cô, mặc dù anh không dám quay lại nhìn.

François gritó desde lejos y Buck se giró hacia la voz.

François hét lên từ xa, và Buck quay về phía phát ra giọng nói.

Todavía jadeando en busca de aire, Buck pasó corriendo, poniendo toda su esperanza en François.

Vẫn thở hổn hển, Buck chạy qua, đặt mọi hy vọng vào François.

El conductor del perro levantó un hacha y esperó mientras Buck pasaba volando.

Người đánh xe chó giơ rìu lên và đợi Buck bay qua.

El hacha cayó rápidamente y golpeó la cabeza de Dolly con una fuerza mortal.

Chiếc rìu lao xuống nhanh chóng và đập vào đầu Dolly với lực mạnh chết người.

Buck se desplomó cerca del trineo, jadeando e incapaz de moverse.

Buck ngã gục gần chiếc xe trượt tuyết, thở khò khè và không thể di chuyển.

Ese momento le dio a Spitz la oportunidad de golpear a un enemigo exhausto.

Khoảnh khắc đó đã mang đến cho Spitz cơ hội tấn công một đối thủ đã kiệt sức.

Mordió a Buck dos veces, desgarrando la carne hasta el hueso blanco.

Anh ta cắn Buck hai lần, xé thịt Buck ra chỉ còn lại xương trắng.

El látigo de François hizo chasquear el látigo y golpeó a Spitz con toda su fuerza y furia.

Roi của François quất mạnh vào Spitz với sức mạnh dữ dội.

Buck observó con alegría cómo Spitz recibía la paliza más dura que había recibido hasta entonces.

Buck vui mừng khi chứng kiến Spitz bị đánh đòn một cách dã man nhất từ trước đến nay.

"Es un demonio ese Spitz", murmuró Perrault para sí mismo.

"Hắn là một con quỷ, tên Spitz đó," Perrault lầm bầm một mình.

"Algún día, ese maldito perro matará a Buck, lo juro".

"Một ngày nào đó không xa, con chó đáng nguyền rủa đó sẽ giết Buck—tôi thề đấy."

—Ese Buck tiene dos demonios dentro —respondió François asintiendo.

"Con Buck đó có hai con quỷ trong người," François đáp lại bằng một cái gật đầu.

"Cuando veo a Buck, sé que algo feroz le aguarda dentro".

"Khi tôi quan sát Buck, tôi biết có điều gì đó dữ dội đang chờ đợi bên trong cậu ấy."

"Un día se pondrá furioso y destrozará a Spitz".

"Một ngày nào đó, hắn sẽ nổi giận và xé xác Spitz ra từng mảnh."

"Masticará a ese perro y lo escupirá en la nieve congelada".

"Anh ta sẽ nhai con chó đó và nhổ nó lên tuyết đóng băng."

"Estoy seguro de que lo sé en lo más profundo de mi ser".

"Chắc chắn rồi, tôi biết điều này sâu trong xương tủy mình."

A partir de ese momento los dos perros quedaron en guerra.

Từ thời điểm đó trở đi, hai chú chó đã lao vào cuộc chiến.

Spitz lideró al equipo y mantuvo el poder, pero Buck lo desafió.

Spitz dẫn dắt đội và nắm giữ quyền lực, nhưng Buck đã thách thức điều đó.
Spitz vio su rango amenazado por este extraño extraño de Southland.
Spitz thấy cấp bậc của mình bị đe dọa bởi người lạ kỳ lạ đến từ miền Nam này.
Buck no se parecía a ningún otro perro sureño que Spitz hubiera conocido antes.
Buck không giống bất kỳ chú chó miền Nam nào mà Spitz từng biết trước đây.
La mayoría de ellos fracasaron: eran demasiado débiles para sobrevivir al frío y al hambre.
Hầu hết bọn họ đều thất bại - quá yếu để sống qua cái lạnh và cơn đói.
Murieron rápidamente bajo el trabajo, las heladas y el lento ardor del hambre.
Họ chết nhanh vì lao động, vì giá lạnh và vì nạn đói.
Buck se destacó: cada día más fuerte, más inteligente y más salvaje.
Buck nổi bật hơn—mạnh mẽ hơn, thông minh hơn và hung dữ hơn mỗi ngày.
Prosperó a pesar de las dificultades y creció hasta alcanzar el nivel de los perros esquimales del norte.
Cậu bé đã vượt qua khó khăn, trưởng thành để sánh ngang với những chú chó husky phương Bắc.
Buck tenía fuerza, habilidad salvaje y un instinto paciente y mortal.
Buck có sức mạnh, kỹ năng tuyệt vời và bản năng kiên nhẫn, chết người.
El hombre con el garrote había golpeado la temeridad de Buck.
Người đàn ông cầm dùi cui đã đánh cho Buck một trận tơi tả.
La furia ciega desapareció y fue reemplazada por una astucia silenciosa y control.
Cơn thịnh nộ mù quáng đã biến mất, thay vào đó là sự khôn ngoan và kiểm soát thầm lặng.

Esperó, tranquilo y primario, observando el momento adecuado.
Anh ấy chờ đợi, bình tĩnh và nguyên thủy, chờ đợi thời điểm thích hợp.
Su lucha por el mando se hizo inevitable y clara.
Cuộc chiến giành quyền chỉ huy của họ trở nên rõ ràng và không thể tránh khỏi.
Buck deseaba el liderazgo porque su espíritu lo exigía.
Buck mong muốn được lãnh đạo vì tinh thần của ông đòi hỏi điều đó.
Lo impulsaba el extraño orgullo nacido del camino y del arnés.
Ông bị thúc đẩy bởi niềm kiêu hãnh kỳ lạ sinh ra từ con đường mòn và dây cương.
Ese orgullo hizo que los perros tiraran hasta caer sobre la nieve.
Lòng kiêu hãnh đó khiến những chú chó kéo xe cho đến khi chúng ngã gục trên tuyết.
El orgullo los llevó a dar toda la fuerza que tenían.
Lòng kiêu hãnh đã dụ dỗ họ cống hiến hết sức lực mà họ có.
El orgullo puede atraer a un perro de trineo incluso hasta el punto de la muerte.
Lòng kiêu hãnh có thể dẫn dụ một con chó kéo xe đến cái chết.
La pérdida del arnés dejó a los perros rotos y sin propósito.
Việc mất dây nịt khiến những chú chó trở nên buồn chán và không có mục đích sống.
El corazón de un perro de trineo puede quedar aplastado por la vergüenza cuando se retira.
Trái tim của một chú chó kéo xe có thể tan vỡ vì xấu hổ khi chúng nghỉ hưu.
Dave vivió con ese orgullo mientras arrastraba el trineo desde atrás.
Dave sống với lòng tự hào đó khi anh kéo chiếc xe trượt tuyết từ phía sau.
Solleks también lo dio todo con fuerza y lealtad.
Solleks cũng đã cống hiến hết mình với sức mạnh và lòng trung thành.

Cada mañana, el orgullo los transformaba de amargados a decididos.
Mỗi buổi sáng, lòng kiêu hãnh đã biến họ từ cay đắng thành quyết tâm.

Empujaron todo el día y luego se quedaron en silencio al final del campamento.
Họ đẩy xe cả ngày, rồi im lặng khi đến cuối trại.

Ese orgullo le dio a Spitz la fuerza para poner a raya a los evasores.
Niềm kiêu hãnh đó đã tiếp thêm sức mạnh cho Spitz để bắt những kẻ trốn tránh phải tuân theo.

Spitz temía a Buck porque Buck tenía ese mismo orgullo profundo.
Spitz sợ Buck vì Buck cũng có lòng kiêu hãnh sâu sắc như vậy.

El orgullo de Buck ahora se agitó contra Spitz, y no se detuvo.
Lòng kiêu hãnh của Buck giờ đây trỗi dậy chống lại Spitz, và anh không dừng lại.

Buck desafió el poder de Spitz y le impidió castigar a los perros.
Buck bất chấp sức mạnh của Spitz và ngăn cản anh ta trừng phạt những con chó.

Cuando otros fallaron, Buck se interpuso entre ellos y su líder.
Khi những người khác thất bại, Buck đứng ra giữa họ và thủ lĩnh của họ.

Lo hizo con intención, dejando claro y abierto su desafío.
Ông đã làm điều này một cách có chủ đích, đưa ra lời thách thức một cách công khai và rõ ràng.

Una noche, una fuerte nevada cubrió el mundo con un profundo silencio.
Một đêm nọ, tuyết rơi dày đặc bao phủ cả thế giới trong sự im lặng sâu thẳm.

A la mañana siguiente, Pike, perezoso como siempre, no se levantó para ir a trabajar.
Sáng hôm sau, Pike vẫn lười biếng như thường lệ, không dậy đi làm.

Se quedó escondido en su nido bajo una gruesa capa de nieve.
Anh ta ẩn mình trong tổ của mình dưới lớp tuyết dày.
François gritó y buscó, pero no pudo encontrar al perro.
François gọi lớn và tìm kiếm, nhưng không tìm thấy con chó.
Spitz se puso furioso y atravesó furioso el campamento cubierto de nieve.
Spitz nổi giận và lao nhanh qua khu trại phủ đầy tuyết.
Gruñó y olfateó, cavando frenéticamente con ojos llameantes.
Nó gầm gừ và khịt mũi, đào bới điên cuồng với đôi mắt rực lửa.
Su rabia era tan feroz que Pike tembló de miedo bajo la nieve.
Cơn thịnh nộ của ông dữ dội đến mức Pike run rẩy dưới tuyết vì sợ hãi.
Cuando finalmente encontraron a Pike, Spitz se abalanzó sobre él para castigar al perro que estaba escondido.
Khi Pike cuối cùng bị tìm thấy, Spitz lao tới để trừng phạt con chó đang ẩn núp.
Pero Buck saltó entre ellos con una furia igual a la de Spitz.
Nhưng Buck đã lao vào giữa chúng với cơn thịnh nộ không kém gì Spitz.
El ataque fue tan repentino e inteligente que Spitz cayó al suelo.
Cuộc tấn công diễn ra quá bất ngờ và thông minh đến nỗi Spitz ngã xuống.
Pike, que estaba temblando, se animó ante este desafío.
Pike, người đang run rẩy, đã lấy lại can đảm từ sự thách thức này.
Saltó sobre el Spitz caído, siguiendo el audaz ejemplo de Buck.
Anh ta nhảy lên con Spitz đã ngã xuống, làm theo tấm gương táo bạo của Buck.
Buck, que ya no estaba obligado por la justicia, se unió a la huelga de Spitz.

Buck, không còn bị ràng buộc bởi sự công bằng, đã tham gia tấn công Spitz.
François, divertido pero firme en su disciplina, blandió su pesado látigo.
François, vừa thích thú vừa nghiêm khắc trong kỷ luật, vung roi da nặng nề của mình.
Golpeó a Buck con todas sus fuerzas para acabar con la pelea.
Anh ta đánh Buck bằng tất cả sức mạnh của mình để chấm dứt cuộc chiến.
Buck se negó a moverse y se quedó encima del líder caído.
Buck từ chối di chuyển và vẫn ở trên người tên thủ lĩnh đã ngã xuống.
François entonces utilizó el mango del látigo y golpeó con fuerza a Buck.
François sau đó dùng cán roi đánh mạnh vào Buck.
Tambaleándose por el golpe, Buck cayó hacia atrás bajo el asalto.
Lảo đảo vì cú đánh, Buck ngã trở lại trong đòn tấn công.
François golpeó una y otra vez mientras Spitz castigaba a Pike.
François liên tục tấn công trong khi Spitz trừng phạt Pike.

Pasaron los días y Dawson City estaba cada vez más cerca.
Nhiều ngày trôi qua và Dawson City ngày càng đến gần hơn.
Buck seguía interfiriendo, interponiéndose entre Spitz y otros perros.
Buck liên tục xen vào, chen vào giữa Spitz và những con chó khác.
Elegía bien sus momentos, esperando siempre que François se marchase.
Anh ấy đã chọn đúng thời điểm, luôn chờ François rời đi.
La rebelión silenciosa de Buck se extendió y el desorden se arraigó en el equipo.
Cuộc nổi loạn âm thầm của Buck lan rộng và sự hỗn loạn bắt đầu xảy ra trong đội.

Dave y Solleks se mantuvieron leales, pero otros se volvieron rebeldes.
Dave và Solleks vẫn trung thành, nhưng những người khác thì trở nên hung dữ.

El equipo empeoró: se volvió inquieto, pendenciero y fuera de lugar.
Đội bóng ngày càng tệ hơn—bồn chồn, hay cãi vã và mất kiểm soát.

Ya nada funcionaba con fluidez y las peleas se volvieron algo habitual.
Không còn việc gì diễn ra suôn sẻ nữa và việc đánh nhau trở nên thường xuyên.

Buck permaneció en el corazón del problema, provocando siempre malestar.
Buck luôn là tâm điểm của mọi rắc rối, luôn gây ra sự bất ổn.

François se mantuvo alerta, temeroso de la pelea entre Buck y Spitz.
François vẫn cảnh giác, lo sợ cuộc chiến giữa Buck và Spitz.

Cada noche, las peleas lo despertaban, temiendo que finalmente llegara el comienzo.
Mỗi đêm, tiếng ẩu đả lại đánh thức ông, lo sợ rằng ngày tận thế cuối cùng cũng đến.

Saltó de su túnica, dispuesto a detener la pelea.
Anh ta nhảy ra khỏi áo choàng, sẵn sàng chấm dứt cuộc chiến.

Pero el momento nunca llegó y finalmente llegaron a Dawson.
Nhưng khoảnh khắc đó đã không bao giờ đến và cuối cùng họ cũng đến Dawson.

El equipo entró en la ciudad una tarde sombría, tensa y silenciosa.
Đội tiến vào thị trấn vào một buổi chiều ảm đạm, căng thẳng và im ắng.

La gran batalla por el liderazgo todavía estaba suspendida en el aire.
Cuộc chiến giành quyền lãnh đạo vẫn còn diễn ra trong bầu không khí giá lạnh.

Dawson estaba lleno de hombres y perros de trineo, todos ocupados con el trabajo.
Dawson chật kín người và chó kéo xe, tất cả đều bận rộn với công việc.
Buck observó a los perros tirar cargas desde la mañana hasta la noche.
Buck quan sát đàn chó kéo xe từ sáng đến tối.
Transportaban troncos y leña y transportaban suministros a las minas.
Họ kéo gỗ và củi, vận chuyển hàng tiếp tế đến các mỏ.
Donde antes trabajaban los caballos en las tierras del sur, ahora trabajaban los perros.
Nơi mà ngựa từng làm việc ở miền Nam, giờ đây chó đảm nhiệm công việc lao động.
Buck vio algunos perros del sur, pero la mayoría eran huskies parecidos a lobos.
Buck nhìn thấy một số con chó từ miền Nam, nhưng phần lớn là chó husky trông giống sói.
Por la noche, como un reloj, los perros alzaban sus voces cantando.
Vào ban đêm, đúng như dự kiến, đàn chó cất tiếng hót líu lo.
A las nueve, a las doce y de nuevo a las tres, empezó el canto.
Vào lúc chín giờ, nửa đêm và ba giờ, tiếng hát bắt đầu vang lên.
A Buck le encantaba unirse a su canto misterioso, de sonido salvaje y antiguo.
Buck thích tham gia vào bài thánh ca kỳ lạ của họ, với âm thanh hoang dã và cổ xưa.
La aurora llameó, las estrellas bailaron y la nieve cubrió la tierra.
Cực quang rực sáng, các ngôi sao nhảy múa và tuyết phủ kín mặt đất.
El canto de los perros se elevó como un grito contra el silencio y el frío intenso.
Tiếng hát của những chú chó vang lên như tiếng kêu chống lại sự im lặng và cái lạnh buốt giá.

Pero su aullido contenía tristeza, no desafío, en cada larga nota.
Nhưng tiếng hú của chúng chứa đựng nỗi buồn chứ không phải sự thách thức trong mỗi nốt nhạc dài.
Cada grito lamentable estaba lleno de súplica: el peso de la vida misma.
Mỗi tiếng kêu than đều đầy sự van xin; gánh nặng của chính cuộc sống.
Esa canción era vieja, más vieja que las ciudades y más vieja que los incendios.
Bài hát đó đã cũ rồi—cũ hơn cả thị trấn, và cũ hơn cả ngọn lửa
Aquella canción era más antigua incluso que las voces de los hombres.
Bài hát đó thậm chí còn cổ xưa hơn cả giọng nói của con người.
Era una canción del mundo joven, cuando todas las canciones eran tristes.
Đó là một bài hát của thế giới non trẻ, khi mọi bài hát đều buồn.
La canción transportaba el dolor de incontables generaciones de perros.
Bài hát mang theo nỗi buồn của vô số thế hệ chó.
Buck sintió la melodía profundamente, gimiendo por un dolor arraigado en los siglos.
Buck cảm nhận sâu sắc giai điệu đó, rên rỉ vì nỗi đau đã ăn sâu vào tuổi tác.
Sollozaba por un dolor tan antiguo como la sangre salvaje en sus venas.
Ông nức nở vì nỗi đau buồn sâu sắc như dòng máu hoang dã trong huyết quản của ông.
El frío, la oscuridad y el misterio tocaron el alma de Buck.
Cái lạnh, bóng tối và sự bí ẩn đã chạm đến tâm hồn Buck.
Esa canción demostró hasta qué punto Buck había regresado a sus orígenes.
Bài hát đó chứng minh Buck đã quay trở về nguồn cội của mình đến mức nào.

Entre la nieve y los aullidos había encontrado el comienzo de su propia vida.
Qua tuyết rơi và tiếng hú, anh đã tìm thấy sự khởi đầu cho cuộc sống của mình.

Siete días después de llegar a Dawson, partieron nuevamente.
Bảy ngày sau khi đến Dawson, họ lại lên đường một lần nữa.
El equipo descendió del cuartel hasta el sendero Yukon.
Đội đổ bộ từ Trại lính xuống Đường mòn Yukon.
Comenzaron el viaje de regreso hacia Dyea y Salt Water.
Họ bắt đầu hành trình quay trở lại Dyea và Salt Water.
Perrault llevaba despachos aún más urgentes que antes.
Perrault chuyển những công văn thậm chí còn khẩn cấp hơn trước.
También se sintió dominado por el orgullo por el sendero y se propuso establecer un récord.
Ông cũng bị cuốn hút bởi lòng tự hào về con đường mòn và muốn lập kỷ lục.
Esta vez, varias ventajas estaban del lado de Perrault.
Lần này, Perrault có nhiều lợi thế.
Los perros habían descansado durante una semana entera y recuperaron su fuerza.
Những chú chó đã nghỉ ngơi suốt một tuần và lấy lại sức lực.
El camino que ellos habían abierto ahora estaba compactado por otros.
Con đường mà họ đã mở ra giờ đã được những người khác lấp kín.
En algunos lugares, la policía había almacenado comida tanto para perros como para hombres.
Ở một số nơi, cảnh sát đã tích trữ thức ăn cho cả chó và người.
Perrault viajaba ligero, moviéndose rápido y con poco que lo pesara.
Perrault di chuyển nhẹ nhàng, nhanh chóng mà không cần mang theo nhiều đồ đạc.
Llegaron a Sixty-Mile, un recorrido de cincuenta millas, en la primera noche.

Vào đêm đầu tiên, họ đã đến Sixty-Mile, một chặng chạy dài năm mươi dặm.

El segundo día, se apresuraron a subir por el Yukón hacia Pelly.

Vào ngày thứ hai, họ vội vã đi ngược sông Yukon về phía Pelly.

Pero estos grandes avances implicaron un gran esfuerzo para François.

Nhưng sự tiến triển tốt đẹp đó cũng đi kèm với nhiều căng thẳng cho François.

La rebelión silenciosa de Buck había destrozado la disciplina del equipo.

Sự nổi loạn âm thầm của Buck đã phá vỡ kỷ luật của đội.

Ya no tiraban juntos como una sola bestia bajo las riendas.

Họ không còn đoàn kết như một con thú cùng chung dây cương nữa.

Buck había llevado a otros al desafío mediante su valiente ejemplo.

Buck đã dẫn dắt những người khác vào cuộc thách thức bằng tấm gương táo bạo của mình.

La orden de Spitz ya no fue recibida con miedo ni respeto.

Mệnh lệnh của Spitz không còn được đáp lại bằng sự sợ hãi hay tôn trọng nữa.

Los demás perdieron el respeto que le tenían y se atrevieron a resistirse a su gobierno.

Những người khác không còn kính sợ ông nữa và dám chống lại sự cai trị của ông.

Una noche, Pike robó medio pescado y se lo comió bajo la mirada de Buck.

Một đêm nọ, Pike đã đánh cắp nửa con cá và ăn nó ngay trước mắt Buck.

Otra noche, Dub y Joe pelearon contra Spitz y quedaron impunes.

Một đêm khác, Dub và Joe chiến đấu với Spitz và không bị trừng phạt.

Incluso Billee se quejó con menos dulzura y mostró una nueva agudeza.

Ngay cả Billee cũng ít than vãn hơn và thể hiện sự sắc sảo mới.
Buck le gruñó a Spitz cada vez que se cruzaban.
Buck gầm gừ với Spitz mỗi lần họ chạm trán nhau.
La actitud de Buck se volvió audaz y amenazante, casi como la de un matón.
Thái độ của Buck trở nên táo bạo và đe dọa, gần giống như một kẻ bắt nạt.
Caminó delante de Spitz con arrogancia, lleno de amenaza burlona.
Anh ta bước tới trước Spitz với dáng vẻ vênh váo, đầy vẻ đe dọa chế giễu.
Ese colapso del orden se extendió también entre los perros de trineo.
Sự sụp đổ của trật tự đó cũng lan rộng đến cả những chú chó kéo xe.
Pelearon y discutieron más que nunca, llenando el campamento de ruido.
Họ đánh nhau và tranh cãi nhiều hơn bao giờ hết, khiến cho trại trở nên ồn ào.
La vida en el campamento se convertía cada noche en un caos salvaje y aullante.
Cuộc sống trong trại trở nên hỗn loạn, gào thét mỗi đêm.
Sólo Dave y Solleks permanecieron firmes y concentrados.
Chỉ có Dave và Solleks vẫn giữ được sự bình tĩnh và tập trung.
Pero incluso ellos se enojaron por las peleas constantes.
Nhưng ngay cả họ cũng trở nên nóng tính vì những cuộc ẩu đả liên miên.
François maldijo en lenguas extrañas y pisoteó con frustración.
François chửi thề bằng những ngôn ngữ lạ và giậm chân vì thất vọng.
Se tiró del pelo y gritó mientras la nieve volaba bajo sus pies.
Anh ta giật tóc và hét lên trong khi tuyết bay tung tóe dưới chân.

Su látigo azotó a la manada, pero apenas logró mantenerlos bajo control.
Chiếc roi của anh quất mạnh vào bầy đàn nhưng hầu như không giữ được chúng đi đúng hàng.
Cada vez que él le daba la espalda, la lucha estallaba de nuevo.
Mỗi khi anh quay lưng lại, cuộc chiến lại nổ ra lần nữa.
François utilizó el látigo para azotar a Spitz, mientras Buck lideraba a los rebeldes.
François dùng roi quất Spitz, trong khi Buck chỉ huy quân nổi loạn.
Cada uno conocía el papel del otro, pero Buck evitó cualquier culpa.
Mỗi người đều biết vai trò của người kia, nhưng Buck lại tránh né mọi lời đổ lỗi.
François nunca sorprendió a Buck iniciando una pelea o eludiendo su trabajo.
François chưa bao giờ thấy Buck gây gổ hay trốn tránh công việc.
Buck trabajó duro con el arnés; el trabajo ahora emocionaba su espíritu.
Buck làm việc chăm chỉ trong bộ đồ kéo xe—công việc vất vả giờ đây làm tinh thần anh phấn chấn.
Pero encontró aún más alegría al provocar peleas y caos en el campamento.
Nhưng ông ta còn tìm thấy niềm vui lớn hơn khi gây ra những cuộc ẩu đả và hỗn loạn trong trại.

Una noche, en la desembocadura del Tahkeena, Dub asustó a un conejo.
Một buổi tối nọ, tại cửa sông Tahkeena, Dub đã làm một chú thỏ giật mình.
Falló el tiro y el conejo con raquetas de nieve saltó lejos.
Anh ta bắt trượt và con thỏ đi giày tuyết đã chạy mất.
En cuestión de segundos, todo el equipo de trineo los persiguió con gritos salvajes.

Chỉ trong vài giây, toàn bộ đội xe trượt tuyết đã đuổi theo với tiếng reo hò phấn khích.

Cerca de allí, un campamento de la Policía del Noroeste albergaba cincuenta perros husky.

Gần đó, trại cảnh sát Tây Bắc nuôi năm mươi chú chó husky.

Se unieron a la caza y navegaron juntos por el río helado.

Họ cùng nhau tham gia cuộc săn đuổi, lao xuống dòng sông đóng băng.

El conejo se desvió del río y huyó hacia el lecho congelado del arroyo.

Con thỏ rời khỏi dòng sông và chạy trốn lên lòng suối đóng băng.

El conejo saltaba suavemente sobre la nieve mientras los perros se abrían paso con dificultad.

Con thỏ nhảy nhẹ nhàng trên tuyết trong khi những con chó phải vật lộn để vượt qua.

Buck lideró la enorme manada de sesenta perros en cada curva.

Buck dẫn đầu đàn chó khổng lồ gồm sáu mươi con chạy quanh mỗi khúc cua quanh co.

Avanzó lentamente y con entusiasmo, pero no pudo ganar terreno.

Anh ta tiến về phía trước, thấp người và hăm hở, nhưng không thể tiến xa hơn được.

Su cuerpo brillaba bajo la pálida luna con cada poderoso salto.

Cơ thể anh ta lóe lên dưới ánh trăng nhợt nhạt với mỗi bước nhảy mạnh mẽ.

Más adelante, el conejo se movía como un fantasma, silencioso y demasiado rápido para atraparlo.

Phía trước, con thỏ di chuyển như một bóng ma, im lặng và quá nhanh để có thể đuổi kịp.

Todos esos viejos instintos —el hambre, la emoción— se apoderaron de Buck.

Tất cả những bản năng cũ - cơn đói, sự hồi hộp - ùa về trong Buck.

Los humanos a veces sienten este instinto y se ven impulsados a cazar con armas de fuego y balas.
Đôi khi con người cảm thấy bản năng này thúc đẩy họ đi săn bằng súng và đạn.
Pero Buck sintió este sentimiento a un nivel más profundo y personal.
Nhưng Buck cảm thấy cảm giác này ở mức độ sâu sắc và cá nhân hơn.
No podían sentir lo salvaje en su sangre como Buck podía sentirlo.
Họ không thể cảm nhận được sự hoang dã trong dòng máu của mình như Buck cảm nhận được.
Persiguió carne viva, dispuesto a matar con los dientes y saborear la sangre.
Anh ta đuổi theo những con mồi sống, sẵn sàng giết chóc bằng răng và nếm máu.
Su cuerpo se tensó de alegría, queriendo bañarse en la cálida vida roja.
Cơ thể anh căng ra vì vui sướng, muốn tắm mình trong sự sống đỏ ấm áp.
Una extraña alegría marca el punto más alto que la vida puede alcanzar.
Một niềm vui kỳ lạ đánh dấu đỉnh cao nhất mà cuộc sống có thể đạt tới.
La sensación de una cima donde los vivos olvidan que están vivos.
Cảm giác ở đỉnh cao mà người sống quên mất rằng họ đang còn sống.
Esta alegría profunda conmueve al artista perdido en una inspiración ardiente.
Niềm vui sâu sắc này chạm đến người nghệ sĩ đang đắm chìm trong cảm hứng cháy bỏng.
Esta alegría se apodera del soldado que lucha salvajemente y no perdona a ningún enemigo.
Niềm vui này chiếm lấy người lính chiến đấu dữ dội và không tha cho kẻ thù.

Esta alegría ahora se apoderó de Buck mientras lideraba la manada con hambre primaria.
Niềm vui này giờ đây đã chiếm lấy Buck khi nó dẫn đầu bầy đàn trong cơn đói nguyên thủy.
Aulló con el antiguo grito del lobo, emocionado por la persecución en vida.
Anh ta hú lên bằng tiếng hú cổ xưa của loài sói, thích thú với cuộc rượt đuổi sống động.
Buck recurrió a la parte más antigua de sí mismo, perdida en la naturaleza.
Buck đã chạm đến phần già nua nhất của bản thân, lạc lõng giữa chốn hoang dã.
Llegó a lo más profundo, más allá de la memoria, al tiempo crudo y antiguo.
Anh ấy đã chạm sâu vào bên trong, vượt qua ký ức, vào thời gian thô sơ, cổ xưa.
Una ola de vida pura recorrió cada músculo y tendón.
Một làn sóng sức sống tràn ngập khắp mọi cơ bắp và gân cốt.
Cada salto gritaba que vivía, que avanzaba a través de la muerte.
Mỗi bước nhảy vọt như hét lên rằng anh ta vẫn sống, rằng anh ta đã vượt qua cái chết.
Su cuerpo se elevaba alegremente sobre una tierra quieta y fría que nunca se movía.
Cơ thể anh ta vui sướng bay vút lên vùng đất lạnh lẽo, tĩnh lặng và không bao giờ chuyển động.
Spitz se mantuvo frío y astuto, incluso en sus momentos más salvajes.
Spitz vẫn lạnh lùng và xảo quyệt, ngay cả trong những khoảnh khắc điên rồ nhất.
Dejó el sendero y cruzó el terreno donde el arroyo se curvaba ampliamente.
Anh ta rời khỏi đường mòn và băng qua vùng đất có con suối cong rộng.
Buck, sin darse cuenta de esto, permaneció en el sinuoso camino del conejo.

Buck, không biết điều này, vẫn đi theo con đường quanh co của chú thỏ.

Entonces, cuando Buck dobló una curva, el conejo fantasmal estaba frente a él.

Sau đó, khi Buck rẽ qua một khúc cua, con thỏ trông giống như bóng ma đã xuất hiện trước mặt anh.

Vio una segunda figura saltar desde la orilla delante de la presa.

Anh ta nhìn thấy một bóng người thứ hai nhảy ra khỏi bờ phía trước con mồi.

La figura era Spitz, aterrizando justo en el camino del conejo que huía.

Bóng người đó chính là Spitz, đáp xuống đúng đường đi của con thỏ đang bỏ chạy.

El conejo no pudo girar y se encontró con las fauces de Spitz en el aire.

Con thỏ không thể quay lại và đâm sầm vào hàm của Spitz giữa không trung.

La columna vertebral del conejo se rompió con un chillido tan agudo como el grito de un humano moribundo.

Xương sống của con thỏ gãy ra với tiếng thét chói tai như tiếng kêu của một người sắp chết.

Ante ese sonido, la caída de la vida a la muerte, la manada aulló fuerte.

Khi nghe thấy âm thanh đó—tiếng rơi từ sự sống xuống cái chết—cả bầy hú lên dữ dội.

Un coro salvaje se elevó detrás de Buck, lleno de oscuro deleite.

Một điệp khúc man rợ vang lên phía sau Buck, đầy vẻ thích thú đen tối.

Buck no emitió ningún grito ni sonido y se lanzó directamente hacia Spitz.

Buck không hề kêu la, không một tiếng động, mà lao thẳng vào Spitz.

Apuntó a la garganta, pero en lugar de eso golpeó el hombro.

Anh ta nhắm vào cổ họng nhưng lại trúng vào vai.

Cayeron sobre la nieve blanda; sus cuerpos trabados en combate.
Họ lăn qua lớp tuyết mềm; cơ thể họ khóa chặt trong chiến đấu.

Spitz se levantó rápidamente, como si nunca lo hubieran derribado.
Spitz bật dậy nhanh chóng, như thể chưa từng bị đánh ngã.

Cortó el hombro de Buck y luego saltó para alejarse de la pelea.
Anh ta chém vào vai Buck rồi nhảy ra khỏi cuộc chiến.

Sus dientes chasquearon dos veces como trampas de acero y sus labios se curvaron y fueron feroces.
Hai lần răng hắn cắn vào nhau như những cái bẫy thép, đôi môi cong lên và dữ tợn.

Retrocedió lentamente, buscando terreno firme bajo sus pies.
Anh ta từ từ lùi lại, tìm kiếm nền đất vững chắc dưới chân mình.

Buck comprendió el momento instantánea y completamente.
Buck hiểu ngay lập tức và trọn vẹn khoảnh khắc đó.

Había llegado el momento; la lucha iba a ser una lucha a muerte.
Thời khắc đó đã đến; cuộc chiến sẽ là cuộc chiến sinh tử.

Los dos perros daban vueltas, gruñendo, con las orejas planas y los ojos entrecerrados.
Hai con chó chạy vòng tròn, gầm gừ, tai cụp xuống, mắt nheo lại.

Cada perro esperaba que el otro mostrara debilidad o un paso en falso.
Mỗi con chó chờ đợi con kia tỏ ra yếu đuối hoặc phạm sai lầm.

Para Buck, la escena era inquietantemente conocida y recordada profundamente.
Với Buck, cảnh tượng đó có cảm giác quen thuộc đến kỳ lạ và được ghi nhớ sâu sắc.

El bosque blanco, la tierra fría, la batalla bajo la luz de la luna.
Rừng trắng, đất lạnh, trận chiến dưới ánh trăng.

Un pesado silencio llenó la tierra, profundo y antinatural.
Một sự im lặng nặng nề bao trùm khắp vùng đất, sâu thẳm và không tự nhiên.
Ningún viento se agitó, ninguna hoja se movió, ningún sonido rompió la quietud.
Không có cơn gió nào thổi, không có chiếc lá nào lay động, không có âm thanh nào phá vỡ sự tĩnh lặng.
El aliento de los perros se elevaba como humo en el aire helado y silencioso.
Hơi thở của những chú chó bốc lên như khói trong bầu không khí lạnh giá và tĩnh lặng.
El conejo fue olvidado hace mucho tiempo por la manada de bestias salvajes.
Loài thỏ đã bị bầy thú hoang lãng quên từ lâu.
Estos lobos medio domesticados ahora permanecían quietos formando un amplio círculo.
Những con sói đã được thuần hóa một nửa này hiện đang đứng yên thành một vòng tròn rộng.
Estaban en silencio, sólo sus ojos brillantes revelaban su hambre.
Họ im lặng, chỉ có đôi mắt sáng rực cho thấy sự đói khát của họ.
Su respiración se elevó mientras observaban cómo comenzaba la pelea final.
Hơi thở của họ dồn dập hơn, dõi theo trận chiến cuối cùng bắt đầu.
Para Buck, esta batalla era vieja y esperada, nada extraña.
Với Buck, trận chiến này là chuyện thường tình và đã được dự đoán trước, không hề lạ lẫm chút nào.
Parecía el recuerdo de algo que siempre estuvo destinado a suceder.
Cảm giác như là ký ức về một điều gì đó luôn luôn xảy ra.
Spitz era un perro de pelea entrenado, perfeccionado por innumerables peleas salvajes.
Spitz là một chú chó chiến đấu được huấn luyện, được tôi luyện qua vô số cuộc ẩu đả dữ dội.

Desde Spitzbergen hasta Canadá, había vencido a muchos enemigos.
Từ Spitzbergen đến Canada, ông đã đánh bại được nhiều kẻ thù.
Estaba lleno de furia, pero nunca dejó controlar la rabia.
Ông ta đầy giận dữ, nhưng không bao giờ kiểm soát được cơn thịnh nộ.
Su pasión era aguda, pero siempre templada por un duro instinto.
Niềm đam mê của ông rất mãnh liệt, nhưng luôn được kiềm chế bởi bản năng cứng rắn.
Nunca atacó hasta que su propia defensa estuvo en su lugar.
Ông không bao giờ tấn công cho đến khi có được sự phòng thủ cần thiết.
Buck intentó una y otra vez alcanzar el vulnerable cuello de Spitz.
Buck liên tục cố gắng chạm tới vùng cổ yếu ớt của Spitz.
Pero cada golpe era correspondido con un corte de los afilados dientes de Spitz.
Nhưng mỗi đòn tấn công đều bị đáp trả bằng hàm răng sắc nhọn của Spitz.
Sus colmillos chocaron y ambos perros sangraron por los labios desgarrados.
Răng nanh của chúng va vào nhau và cả hai con chó đều chảy máu từ đôi môi bị rách.
No importaba cuánto se lanzara Buck, no podía romper la defensa.
Bất kể Buck có lao tới thế nào, anh cũng không thể phá vỡ được hàng phòng ngự.
Se puso más furioso y se abalanzó con salvajes ráfagas de poder.
Anh ta càng trở nên giận dữ hơn, lao vào với những cú bùng nổ sức mạnh dữ dội.
Una y otra vez, Buck atacó la garganta blanca de Spitz.
Buck liên tục tấn công vào cái cổ họng trắng của Spitz.
Cada vez que Spitz esquivaba el ataque, contraatacaba con un mordisco cortante.

Mỗi lần Spitz đều né tránh và phản công bằng một cú cắn mạnh.

Entonces Buck cambió de táctica y se abalanzó nuevamente hacia la garganta.

Sau đó Buck thay đổi chiến thuật, lao tới như thể muốn nhắm vào cổ họng hắn lần nữa.

Pero él retrocedió a mitad del ataque y se giró para atacar desde un costado.

Nhưng anh ta đã rút lui giữa chừng và chuyển sang tấn công từ bên hông.

Le lanzó el hombro a Spitz con la intención de derribarlo.

Anh ta đập vai vào Spitz với mục đích đánh ngã anh ta.

Cada vez que lo intentaba, Spitz lo esquivaba y contraatacaba con un corte.

Mỗi lần Spitz cố gắng, anh ta đều né tránh và phản công bằng một cú chém.

El hombro de Buck se enrojeció cuando Spitz saltó después de cada golpe.

Vai của Buck đau nhức khi Spitz nhảy tránh sau mỗi đòn đánh.

Spitz no había sido tocado, mientras que Buck sangraba por muchas heridas.

Spitz không hề bị ảnh hưởng, trong khi Buck thì chảy máu từ nhiều vết thương.

La respiración de Buck era rápida y pesada y su cuerpo estaba cubierto de sangre.

Hơi thở của Buck trở nên gấp gáp và nặng nề, cơ thể anh trơn bóng vì máu.

La pelea se volvió más brutal con cada mordisco y embestida.

Cuộc chiến trở nên tàn khốc hơn sau mỗi lần cắn và tấn công.

A su alrededor, sesenta perros silenciosos esperaban que cayera el primero.

Xung quanh họ, sáu mươi con chó im lặng chờ đợi con đầu tiên ngã xuống.

Si un perro caía, la manada terminaría la pelea.

Nếu một con chó gục ngã, cả bầy sẽ kết thúc cuộc chiến.

Spitz vio que Buck se estaba debilitando y comenzó a presionar para atacar.
Spitz thấy Buck yếu đi nên bắt đầu tấn công.
Mantuvo a Buck fuera de equilibrio, obligándolo a luchar para mantener el equilibrio.
Anh ta làm Buck mất thăng bằng, buộc Buck phải chiến đấu để giữ thăng bằng.
Una vez Buck tropezó y cayó, y todos los perros se levantaron.
Có lần Buck vấp ngã và tất cả đàn chó đều đứng dậy.
Pero Buck se enderezó a mitad de la caída y todos volvieron a caer.
Nhưng Buck đã tự đứng dậy giữa chừng khi ngã, và mọi người lại ngã xuống.
Buck tenía algo poco común: una imaginación nacida de un instinto profundo.
Buck có một điều hiếm có - trí tưởng tượng nảy sinh từ bản năng sâu xa.
Peleó con impulso natural, pero también peleó con astucia.
Ông chiến đấu bằng bản năng tự nhiên, nhưng cũng bằng sự khôn ngoan.
Cargó de nuevo como si repitiera su truco de ataque con el hombro.
Anh ta lại lao tới như thể đang lặp lại chiêu tấn công bằng vai của mình.
Pero en el último segundo, se agachó y pasó por debajo de Spitz.
Nhưng vào giây cuối cùng, anh ta lao xuống thấp và lướt qua Spitz.
Sus dientes se clavaron en la pata delantera izquierda de Spitz con un chasquido.
Răng của anh ta cắn phập vào chân trước bên trái của Spitz.
Spitz ahora estaba inestable, con su peso sobre sólo tres patas.
Spitz lúc này đứng không vững, toàn bộ trọng lượng cơ thể chỉ dồn lên ba chân.
Buck atacó de nuevo e intentó derribarlo tres veces.

Buck lại tấn công, cố gắng ba lần để hạ gục hắn.
En el cuarto intento utilizó el mismo movimiento con éxito.
Ở lần thứ thứ tư, anh ấy đã sử dụng động tác tương tự và thành công
Esta vez Buck logró morder la pata derecha de Spitz.
Lần này Buck đã cắn trúng chân phải của Spitz.
Spitz, aunque lisiado y en agonía, siguió luchando por sobrevivir.
Spitz, mặc dù bị tàn tật và đau đớn, vẫn tiếp tục đấu tranh để sinh tồn.
Vio que el círculo de huskies se estrechaba, con las lenguas afuera y los ojos brillantes.
Anh thấy vòng tròn chó husky siết chặt lại, lưỡi thè ra, mắt sáng lên.
Esperaron para devorarlo, tal como habían hecho con los otros.
Họ chờ đợi để nuốt chửng anh ta, giống như họ đã làm với những người khác.
Esta vez, él estaba en el centro; derrotado y condenado.
Lần này, anh ta đứng ở trung tâm; thất bại và tuyệt vọng.
Ya no había opción de escapar para el perro blanco.
Lúc này, con chó trắng không còn cách nào thoát được nữa.
Buck no mostró piedad, porque la piedad no pertenecía a la naturaleza.
Buck không hề tỏ ra thương xót, vì thương xót không phải là hành động phù hợp trong thế giới hoang dã.
Buck se movió con cuidado, preparándose para la carga final.
Buck di chuyển cẩn thận, chuẩn bị cho đòn tấn công cuối cùng.
El círculo de perros esquimales se cerró; sintió sus respiraciones cálidas.
Vòng tròn chó husky khép lại; anh cảm nhận được hơi thở ấm áp của chúng.
Se agacharon, preparados para saltar cuando llegara el momento.

Họ khom người xuống, chuẩn bị sẵn sàng nhảy lên khi thời cơ đến.
Spitz temblaba en la nieve, gruñendo y cambiando su postura.
Spitz run rẩy trong tuyết, gầm gừ và thay đổi tư thế.
Sus ojos brillaban, sus labios se curvaron y sus dientes brillaron en una amenaza desesperada.
Đôi mắt anh ta trừng trừng, môi cong lên, hàm răng nhe ra đầy đe dọa.
Se tambaleó, todavía intentando contener el frío mordisco de la muerte.
Anh ta loạng choạng, vẫn cố gắng chống lại cái lạnh buốt giá của tử thần.
Ya había visto esto antes, pero siempre desde el lado ganador.
Anh đã từng chứng kiến cảnh này trước đây, nhưng luôn là ở phía chiến thắng.
Ahora estaba en el bando perdedor; el derrotado; la presa; la muerte.
Bây giờ anh ta ở bên thua cuộc; kẻ bị đánh bại; con mồi; cái chết.
Buck voló en círculos para asestar el golpe final, mientras el círculo de perros se acercaba cada vez más.
Buck vòng lại để ra đòn kết liễu, đàn chó càng lúc càng tiến gần hơn.
Podía sentir sus respiraciones calientes; listas para matar.
Anh có thể cảm nhận được hơi thở nóng hổi của chúng; sẵn sàng giết chóc.
Se hizo un silencio absoluto, todo estaba en su lugar, el tiempo se había detenido.
Sự tĩnh lặng bao trùm; mọi thứ trở về đúng vị trí của nó; thời gian đã ngừng trôi.
Incluso el aire frío entre ellos se congeló por un último momento.
Ngay cả không khí lạnh lẽo giữa họ cũng đóng băng trong khoảnh khắc cuối cùng.
Sólo Spitz se movió, intentando contener su amargo final.

Chỉ có Spitz di chuyển, cố gắng kìm nén cái kết đau đớn của mình.

El círculo de perros se iba cerrando a su alrededor, tal como era su destino.

Vòng tròn chó đang khép lại xung quanh anh, cũng giống như số phận của anh vậy.

Ahora estaba desesperado, sabiendo lo que estaba a punto de suceder.

Lúc này anh ấy tuyệt vọng khi biết chuyện gì sắp xảy ra.

Buck saltó y hombro con hombro chocó una última vez.

Buck lao vào, vai chạm vai lần cuối.

Los perros se lanzaron hacia adelante, cubriendo a Spitz en la oscuridad nevada.

Đàn chó lao về phía trước, phủ kín Spitz trong bóng tối phủ đầy tuyết.

Buck observaba, erguido, vencedor en un mundo salvaje.

Buck đứng đó quan sát; người chiến thắng trong thế giới hoang dã.

La bestia primordial dominante había cometido su asesinato, y fue bueno.

Con thú nguyên thủy thống trị đã giết chết con mồi và điều đó thật tuyệt.

Aquel que ha alcanzado la maestría
Người đã đạt đến bậc thầy

¿Eh? ¿Qué dije? Digo la verdad cuando digo que Buck es un demonio.
"Hả? Tôi đã nói gì cơ? Tôi nói đúng khi nói Buck là một con quỷ."
François dijo esto a la mañana siguiente después de descubrir que Spitz había desaparecido.
François đã nói như vậy vào sáng hôm sau sau khi phát hiện Spitz mất tích.
Buck permaneció allí, cubierto de heridas por la feroz pelea.
Buck đứng đó, mình đầy vết thương từ cuộc chiến dữ dội.
François acercó a Buck al fuego y señaló las heridas.
François kéo Buck lại gần đống lửa và chỉ vào vết thương.
"Ese Spitz peleó como Devik", dijo Perrault, mirando los profundos cortes.
"Con Spitz đó chiến đấu giống như con Devik vậy," Perrault nói, mắt nhìn vào những vết rạch sâu.
—Y ese Buck peleó como dos demonios —respondió François inmediatamente.
"Và Buck đã chiến đấu như hai con quỷ," François trả lời ngay.
"Ahora iremos a buen ritmo; no más Spitz, no más problemas".
"Bây giờ chúng ta sẽ đi đúng hướng; không còn Spitz nữa, không còn rắc rối nữa."
Perrault estaba empacando el equipo y cargando el trineo con cuidado.
Perrault đang đóng gói đồ đạc và chất lên xe trượt tuyết một cách cẩn thận.
François enjaezó a los perros para prepararlos para la carrera del día.
François chuẩn bị dây cương cho đàn chó để chạy trong ngày.
Buck trotó directamente a la posición de liderazgo que alguna vez ocupó Spitz.
Buck chạy thẳng đến vị trí dẫn đầu mà Spitz từng nắm giữ.

Pero François, sin darse cuenta, condujo a Solleks hacia el frente.
Nhưng François không để ý đến điều đó mà dẫn Solleks tiến lên phía trước.
A juicio de François, Solleks era ahora el mejor perro guía.
Theo đánh giá của François, Solleks hiện là người dẫn đầu tốt nhất.
Buck se abalanzó furioso sobre Solleks y lo hizo retroceder en protesta.
Buck tức giận lao vào Solleks và đẩy anh ta lùi lại để phản đối.
Se situó en el mismo lugar que una vez estuvo Spitz, ocupando la posición de liderazgo.
Anh ta đứng ở vị trí mà Spitz từng đứng, khẳng định vị trí dẫn đầu.
—¿Eh? ¿Eh? —gritó François, dándose palmadas en los muslos, divertido.
"Hả? Hả?" François kêu lên, vỗ đùi vì thích thú.
—Mira a Buck. Mató a Spitz y ahora quiere aceptar el trabajo.
"Nhìn Buck kìa—nó đã giết Spitz, giờ nó lại muốn cướp công việc đó!"
—¡Vete, Chook! —gritó, intentando ahuyentar a Buck.
"Đi đi, Chook!" anh hét lên, cố gắng đuổi Buck đi.
Pero Buck se negó a moverse y se mantuvo firme en la nieve.
Nhưng Buck từ chối di chuyển và đứng yên trên tuyết.
François agarró a Buck por la nuca y lo arrastró a un lado.
François túm lấy gáy Buck và kéo nó sang một bên.
Buck gruñó bajo y amenazante, pero no atacó.
Buck gầm gừ một cách đe dọa nhưng không tấn công.
François puso a Solleks de nuevo en cabeza, intentando resolver la disputa.
François đưa Solleks trở lại vị trí dẫn đầu, cố gắng giải quyết tranh chấp
El perro viejo mostró miedo de Buck y no quería quedarse.
Con chó già tỏ ra sợ Buck và không muốn ở lại.
Cuando François le dio la espalda, Buck expulsó nuevamente a Solleks.

Khi François quay lưng lại, Buck lại đuổi Solleks ra ngoài.
Solleks no se resistió y se hizo a un lado silenciosamente una vez más.
Solleks không chống cự mà lặng lẽ bước sang một bên lần nữa.
François se enojó y gritó: "¡Por Dios, te arreglo!"
François nổi giận và hét lên, "Lạy Chúa, ta sẽ xử lý ngươi!"
Se acercó a Buck sosteniendo un pesado garrote en su mano.
Anh ta tiến về phía Buck, trên tay cầm một cây gậy nặng.
Buck recordaba bien al hombre del suéter rojo.
Buck nhớ rất rõ người đàn ông mặc áo len đỏ.
Se retiró lentamente, observando a François, pero gruñendo profundamente.
Anh ta từ từ lùi lại, nhìn François nhưng vẫn gầm gừ dữ dội.
No se apresuró a regresar, incluso cuando Solleks ocupó su lugar.
Anh ta không hề vội vã quay lại, ngay cả khi Solleks đứng vào vị trí của anh ta.
Buck voló en círculos fuera de su alcance, gruñendo con furia y protesta.
Buck bay vòng ra ngoài tầm với, gầm gừ vì giận dữ và phản đối.
Mantuvo la vista fija en el palo, dispuesto a esquivarlo si François lanzaba.
Anh ta luôn nhìn về phía cây gậy, sẵn sàng né tránh nếu François ném bóng.
Se había vuelto sabio y cauteloso en cuanto a las costumbres de los hombres con armas.
Anh đã trở nên khôn ngoan và cảnh giác hơn với cách cư xử của những người đàn ông có vũ khí.
François se dio por vencido y llamó a Buck nuevamente a su antiguo lugar.
François bỏ cuộc và gọi Buck trở lại chỗ cũ.
Pero Buck retrocedió con cautela, negándose a obedecer la orden.
Nhưng Buck thận trọng lùi lại, từ chối tuân theo lệnh.

François lo siguió, pero Buck sólo retrocedió unos pasos más.
François đi theo, nhưng Buck chỉ lùi lại thêm vài bước.
Después de un tiempo, François arrojó el arma al suelo, frustrado.
Một lúc sau, François ném vũ khí xuống vì tức giận.
Pensó que Buck tenía miedo de que le dieran una paliza y que iba a venir sin hacer mucho ruido.
Anh ta nghĩ Buck sợ bị đánh và sẽ lặng lẽ đi tới.
Pero Buck no estaba evitando el castigo: estaba luchando por su rango.
Nhưng Buck không tránh khỏi hình phạt mà anh đang chiến đấu vì thứ hạng.
Se había ganado el puesto de perro líder mediante una pelea a muerte.
Anh ấy đã giành được vị trí dẫn đầu thông qua một cuộc chiến đấu đến chết
No iba a conformarse con nada menos que ser el líder.
ông ấy sẽ không chấp nhận bất cứ điều gì thấp hơn vị trí lãnh đạo.

Perrault participó en la persecución para ayudar a atrapar al rebelde Buck.
Perrault đã tham gia vào cuộc rượt đuổi để giúp bắt chú Buck nổi loạn.
Juntos lo hicieron correr alrededor del campamento durante casi una hora.
Họ cùng nhau chạy đưa anh ta đi vòng quanh trại trong gần một giờ.
Le lanzaron garrotes, pero Buck los esquivó hábilmente.
Họ ném gậy vào anh, nhưng Buck đều né được một cách khéo léo.
Lo maldijeron a él, a sus padres, a sus descendientes y a cada cabello que tenía.
Họ nguyền rủa ông, tổ tiên ông, con cháu ông, và từng sợi tóc trên người ông.
Pero Buck sólo gruñó y se quedó fuera de su alcance.

Nhưng Buck chỉ gầm gừ đáp trả và đứng ngoài tầm với của họ.

Nunca intentó huir, sino que rodeó el campamento deliberadamente.

Anh ta không hề cố chạy trốn mà cố tình đi vòng quanh trại.

Dejó claro que obedecería una vez que le dieran lo que quería.

Ông ấy nói rõ rằng ông ấy sẽ tuân theo một khi họ cho ông ấy thứ ông ấy muốn.

François finalmente se sentó y se rascó la cabeza con frustración.

Cuối cùng François ngồi xuống và gãi đầu vì thất vọng.

Perrault miró su reloj, maldijo y murmuró algo sobre el tiempo perdido.

Perrault kiểm tra đồng hồ, chửi thề và lẩm bẩm về thời gian đã mất.

Ya había pasado una hora cuando debían estar en el sendero.

Một giờ đã trôi qua khi họ đáng lẽ phải đi theo dấu vết.

François se encogió de hombros tímidamente y miró al mensajero, quien suspiró derrotado.

François nhún vai ngượng ngùng với người đưa thư, người này thở dài thất bại.

Entonces François se acercó a Solleks y llamó a Buck una vez más.

Sau đó François bước đến chỗ Solleks và gọi Buck một lần nữa.

Buck se rió como se ríe un perro, pero mantuvo una distancia cautelosa.

Buck cười như một chú chó cười, nhưng vẫn giữ khoảng cách thận trọng.

François le quitó el arnés a Solleks y lo devolvió a su lugar.

François tháo dây cương của Solleks và đưa nó trở về vị trí cũ.

El equipo de trineo estaba completamente arneses y solo había un lugar libre.

Đội xe trượt tuyết đã được trang bị đầy đủ, chỉ còn một chỗ trống.

La posición de liderazgo quedó vacía, claramente destinada solo para Buck.
Vị trí dẫn đầu vẫn còn trống, rõ ràng là chỉ dành cho một mình Buck.
François volvió a llamar, y nuevamente Buck rió y se mantuvo firme.
François gọi lần nữa và Buck lại cười và đứng nguyên tại chỗ.
—Tira el garrote —ordenó Perrault sin dudarlo.
"Ném cây gậy xuống," Perrault ra lệnh mà không chút do dự.
François obedeció y Buck inmediatamente trotó hacia adelante orgulloso.
François vâng lời, và Buck ngay lập tức chạy về phía trước một cách kiêu hãnh.
Se rió triunfante y asumió la posición de líder.
Anh ta cười đắc thắng và bước lên vị trí dẫn đầu.
François aseguró sus correajes y el trineo se soltó.
François đã cố định được dây kéo và chiếc xe trượt tuyết đã bị phá vỡ.
Ambos hombres corrieron al lado del equipo mientras corrían hacia el sendero del río.
Cả hai người đàn ông chạy song song khi cả đội đua vào đường mòn ven sông.
François tenía en alta estima a los "dos demonios" de Buck.
François đã đánh giá cao "hai con quỷ" của Buck,
Pero pronto se dio cuenta de que en realidad había subestimado al perro.
nhưng anh ta sớm nhận ra rằng thực ra anh ta đã đánh giá thấp con chó.
Buck asumió rápidamente el liderazgo y trabajó con excelencia.
Buck nhanh chóng đảm nhiệm vai trò lãnh đạo và thực hiện nhiệm vụ một cách xuất sắc.
En juicio, pensamiento rápido y acción veloz, Buck superó a Spitz.
Về khả năng phán đoán, tư duy nhanh nhạy và hành động nhanh, Buck đã vượt trội hơn Spitz.

François nunca había visto un perro igual al que Buck mostraba ahora.
François chưa bao giờ nhìn thấy một con chó nào có thể sánh được với Buck lúc này.
Pero Buck realmente sobresalía en imponer el orden e imponer respeto.
Nhưng Buck thực sự xuất sắc trong việc thực thi trật tự và giành được sự tôn trọng.
Dave y Solleks aceptaron el cambio sin preocupación ni protesta.
Dave và Solleks chấp nhận sự thay đổi mà không lo lắng hay phản đối.
Se concentraron únicamente en el trabajo y en tirar con fuerza de las riendas.
Họ chỉ tập trung vào công việc và kéo mạnh dây cương.
A ellos les importaba poco quién iba delante, siempre y cuando el trineo siguiera moviéndose.
Họ không quan tâm ai là người dẫn đầu, miễn là chiếc xe trượt tuyết tiếp tục di chuyển.
Billee, la alegre, podría haber liderado todo lo que a ellos les importaba.
Billee, người vui vẻ, có thể dẫn đầu mà không cần quan tâm.
Lo que les importaba era la paz y el orden en las filas.
Điều quan trọng với họ là hòa bình và trật tự trong hàng ngũ.

El resto del equipo se había vuelto rebelde durante la decadencia de Spitz.
Phần còn lại của đội trở nên hỗn loạn trong thời gian Spitz suy yếu.
Se sorprendieron cuando Buck inmediatamente los puso en orden.
Họ đã rất sửng sốt khi Buck ngay lập tức bảo họ phải tuân theo.
Pike siempre había sido perezoso y arrastraba los pies detrás de Buck.
Pike luôn lười biếng và lê bước theo sau Buck.

Pero ahora el nuevo liderazgo lo ha disciplinado severamente.
Nhưng giờ đây đã bị kỷ luật nghiêm khắc bởi ban lãnh đạo mới.
Y rápidamente aprendió a aportar su granito de arena en el equipo.
Và anh ấy nhanh chóng học được cách thể hiện vai trò của mình trong đội.
Al final del día, Pike trabajó más duro que nunca.
Đến cuối ngày, Pike làm việc chăm chỉ hơn bao giờ hết.
Esa noche en el campamento, Joe, el perro amargado, finalmente fue sometido.
Đêm đó trong trại, Joe, chú chó khó tính, cuối cùng đã bị khuất phục.
Spitz no logró disciplinarlo, pero Buck no falló.
Spitz đã không thể kỷ luật Buck, nhưng Buck thì không.
Utilizando su mayor peso, Buck superó a Joe en segundos.
Với trọng lượng lớn hơn, Buck đã áp đảo Joe chỉ trong vài giây.
Mordió y golpeó a Joe hasta que gimió y dejó de resistirse.
Anh ta cắn và đánh Joe cho đến khi anh rên rỉ và ngừng chống cự.
Todo el equipo mejoró a partir de ese momento.
Toàn đội đã tiến bộ kể từ thời điểm đó.
Los perros recuperaron su antigua unidad y disciplina.
Những chú chó đã lấy lại được sự đoàn kết và kỷ luật như trước.
En Rink Rapids, se unieron dos nuevos huskies nativos, Teek y Koona.
Tại Rink Rapids, hai chú chó husky bản địa mới, Teek và Koona, đã gia nhập.
El rápido entrenamiento que Buck les dio sorprendió incluso a François.
Sự huấn luyện nhanh chóng của Buck khiến ngay cả François cũng phải kinh ngạc.
"¡Nunca hubo un perro como ese Buck!" gritó con asombro.

"Chưa từng có con chó nào như thế này!" Buck kêu lên vì kinh ngạc.

¡No, jamás! ¡Vale mil dólares, por Dios!
"Không, không bao giờ! Anh ta đáng giá một ngàn đô la, Chúa ơi!"

—¿Eh? ¿Qué dices, Perrault? —preguntó con orgullo.
"Hả? Anh nói sao, Perrault?" anh hỏi với vẻ tự hào.

Perrault asintió en señal de acuerdo y revisó sus notas.
Perrault gật đầu đồng ý và kiểm tra lại ghi chú của mình.

Ya vamos por delante del cronograma y ganamos más cada día.
Chúng tôi đã đi trước tiến độ và đang tiến triển nhiều hơn mỗi ngày.

El sendero estaba duro y liso, sin nieve fresca.
Đường mòn cứng và bằng phẳng, không có tuyết mới rơi.

El frío era constante, rondando los cincuenta grados bajo cero durante todo el tiempo.
Nhiệt độ luôn ở mức âm năm mươi độ.

Los hombres cabalgaban y corrían por turnos para entrar en calor y ganar tiempo.
Những người đàn ông thay phiên nhau cưỡi ngựa và chạy để giữ ấm và tiết kiệm thời gian.

Los perros corrían rápido, con pocas paradas y siempre avanzando.
Những chú chó chạy nhanh, ít dừng lại và luôn tiến về phía trước.

El río Thirty Mile estaba casi congelado y era fácil cruzarlo.
Sông Thirty Mile hầu như đã đóng băng và có thể dễ dàng đi qua.

Salieron en un día lo que habían tardado diez días en llegar.
Họ đã đi ra ngoài chỉ trong một ngày trong khi phải mất mười ngày để đến nơi.

Hicieron una carrera de sesenta millas desde el lago Le Barge hasta White Horse.
Họ chạy nước rút sáu mươi dặm từ Hồ Le Barge đến White Horse.

A través de los lagos Marsh, Tagish y Bennett se movieron increíblemente rápido.

Chúng di chuyển cực kỳ nhanh qua các hồ Marsh, Tagish và Bennett.

El hombre corriendo remolcado detrás del trineo por una cuerda.

Người đàn ông đang chạy được kéo theo phía sau xe trượt tuyết bằng một sợi dây thừng.

En la última noche de la segunda semana llegaron a su destino.

Vào đêm cuối cùng của tuần thứ hai, họ đã đến đích.

Habían llegado juntos a la cima del Paso Blanco.

Họ đã cùng nhau lên đến đỉnh đèo White.

Descendieron al nivel del mar con las luces de Skaguay debajo de ellos.

Họ hạ xuống mực nước biển với ánh đèn của Skaguay ở bên dưới.

Había sido una carrera que estableció un récord a través de kilómetros de desierto frío.

Đó là một cuộc chạy kỷ lục qua nhiều dặm đường hoang dã lạnh giá.

Durante catorce días seguidos, recorrieron un promedio de cuarenta millas.

Trong mười bốn ngày liên tiếp, trung bình họ đi được bốn mươi dặm.

En Skaguay, Perrault y François transportaban mercancías por la ciudad.

Ở Skaguay, Perrault và François vận chuyển hàng hóa qua thị trấn.

Fueron aplaudidos y la multitud admirada les ofreció muchas bebidas.

Họ được đám đông ngưỡng mộ cổ vũ và tặng nhiều đồ uống.

Los cazadores de perros y los trabajadores se reunieron alrededor del famoso equipo de perros.

Những người bắt chó và công nhân tụ tập quanh đội chó nghiệp vụ nổi tiếng.

Luego, los forajidos del oeste llegaron a la ciudad y sufrieron una derrota violenta.
Sau đó, những kẻ ngoài vòng pháp luật phương Tây kéo đến thị trấn và phải chịu thất bại thảm hại.
La gente pronto se olvidó del equipo y se centró en un nuevo drama.
Mọi người nhanh chóng quên đội bóng và tập trung vào bộ phim mới.
Luego vinieron las nuevas órdenes que cambiaron todo de golpe.
Sau đó, những mệnh lệnh mới được đưa ra đã thay đổi mọi thứ cùng một lúc.
François llamó a Buck y lo abrazó con orgullo entre lágrimas.
François gọi Buck lại và ôm chặt nó trong niềm tự hào tràn ngập nước mắt.
Ese momento fue la última vez que Buck volvió a ver a François.
Khoảnh khắc đó là lần cuối cùng Buck nhìn thấy François lần nữa.
Como muchos hombres antes, tanto François como Perrault se habían ido.
Giống như nhiều người đàn ông khác, cả François và Perrault đều đã ra đi.
Un mestizo escocés se hizo cargo de Buck y sus compañeros de equipo de perros de trineo.
Một người lai Scotland đã chăm sóc Buck và những người bạn chó kéo xe trượt tuyết của anh.
Con una docena de otros equipos de perros, regresaron por el sendero hasta Dawson.
Cùng với hàng chục đội chó khác, họ quay trở lại theo đường mòn đến Dawson.
Ya no era una carrera rápida, solo un trabajo duro con una carga pesada cada día.
Bây giờ không còn là cuộc chạy nhanh nữa mà chỉ là công việc nặng nhọc với gánh nặng mỗi ngày.
Éste era el tren correo que llevaba noticias a los buscadores de oro cerca del Polo.

Đây là chuyến tàu thư, mang tin tức đến cho những người đi săn vàng gần Cực.

A Buck no le gustaba el trabajo, pero lo soportaba bien y se enorgullecía de su esfuerzo.

Buck không thích công việc này nhưng vẫn chịu đựng và tự hào về nỗ lực của mình.

Al igual que Dave y Solleks, Buck mostró devoción por cada tarea diaria.

Giống như Dave và Solleks, Buck thể hiện sự tận tâm với mọi công việc hàng ngày.

Se aseguró de que cada uno de sus compañeros hiciera su parte.

Anh ấy đảm bảo rằng mỗi thành viên trong nhóm đều hoàn thành tốt nhiệm vụ của mình.

La vida en el sendero se volvió aburrida, repetida con la precisión de una máquina.

Cuộc sống trên đường mòn trở nên buồn tẻ, lặp đi lặp lại với độ chính xác như một cỗ máy.

Cada día parecía igual, una mañana se fundía con la siguiente.

Mỗi ngày đều giống nhau, buổi sáng này trôi qua vào buổi sáng tiếp theo.

A la misma hora, los cocineros se levantaron para hacer fogatas y preparar la comida.

Cùng lúc đó, những người đầu bếp cũng dậy để nhóm lửa và chuẩn bị thức ăn.

Después del desayuno, algunos abandonaron el campamento mientras otros enjaezaron los perros.

Sau bữa sáng, một số người rời trại trong khi những người khác dắt chó đi dạo.

Se pusieron en marcha antes de que la tenue señal del amanecer tocara el cielo.

Họ lên đường trước khi ánh bình minh ló dạng trên bầu trời.

Por la noche se detenían para acampar, cada hombre con una tarea determinada.

Vào ban đêm, họ dừng lại để dựng trại, mỗi người có một nhiệm vụ được giao.

Algunos montaron tiendas de campaña, otros cortaron leña y recogieron ramas de pino.
Một số người dựng lều, những người khác chặt củi và thu thập cành thông.
Se llevaba agua o hielo a los cocineros para la cena.
Nước hoặc đá được mang về cho đầu bếp để chuẩn bị cho bữa tối.
Los perros fueron alimentados y esta fue la mejor parte del día para ellos.
Những chú chó đã được cho ăn và đây là khoảng thời gian tuyệt vời nhất trong ngày đối với chúng.
Después de comer pescado, los perros se relajaron y descansaron cerca del fuego.
Sau khi ăn cá, những chú chó thư giãn và nằm dài gần đống lửa.
Había otros cien perros en el convoy con los que mezclarse.
Có tới hàng trăm chú chó khác trong đoàn để hòa nhập.
Muchos de esos perros eran feroces y rápidos para pelear sin previo aviso.
Nhiều con chó trong số đó rất hung dữ và có thể đánh nhau bất cứ lúc nào mà không báo trước.
Pero después de tres victorias, Buck dominó incluso a los luchadores más feroces.
Nhưng sau ba chiến thắng, Buck đã chế ngự được cả những võ sĩ hung dữ nhất.
Cuando Buck gruñó y mostró los dientes, se hicieron a un lado.
Khi Buck gầm gừ và nhe răng, họ bước sang một bên.
Quizás lo mejor de todo es que a Buck le encantaba tumbarse cerca de la fogata parpadeante.
Có lẽ điều tuyệt vời nhất là Buck thích nằm gần đống lửa trại bập bùng.
Se agachó con las patas traseras dobladas y las patas delanteras estiradas hacia adelante.
Anh ta khom người, hai chân sau khép lại và hai chân trước duỗi thẳng về phía trước.

Levantó la cabeza mientras parpadeaba suavemente ante las llamas brillantes.
Anh ta ngẩng đầu lên và chớp mắt nhẹ nhàng nhìn ngọn lửa đang cháy.
A veces recordaba la gran casa del juez Miller en Santa Clara.
Đôi khi ông nhớ lại ngôi nhà lớn của thẩm phán Miller ở Santa Clara.
Pensó en la piscina de cemento, en Ysabel y en el pug llamado Toots.
Anh nghĩ đến hồ bơi xi măng, đến Ysabel và chú chó pug tên là Toots.
Pero más a menudo recordaba el garrote del hombre del suéter rojo.
Nhưng thường thì anh nhớ đến người đàn ông mặc áo len đỏ.
Recordó la muerte de Curly y su feroz batalla con Spitz.
Ông nhớ lại cái chết của Xoăn và trận chiến dữ dội của nó với Spitz.
También recordó la buena comida que había comido o con la que aún soñaba.
Ông cũng nhớ lại những món ăn ngon mà ông đã từng ăn hoặc vẫn mơ thấy.
Buck no sentía nostalgia: el cálido valle era distante e irreal.
Buck không nhớ nhà - thung lũng ấm áp thật xa xôi và không có thật.
Los recuerdos de California ya no ejercían ninguna atracción sobre él.
Những ký ức về California không còn thực sự có sức hấp dẫn đối với anh nữa.
Más fuertes que la memoria eran los instintos profundos en su linaje.
Mạnh mẽ hơn trí nhớ là bản năng ăn sâu vào dòng máu của anh.
Los hábitos que una vez se habían perdido habían regresado, revividos por el camino y la naturaleza.
Những thói quen đã mất nay đã quay trở lại, được hồi sinh nhờ con đường mòn và thiên nhiên hoang dã.

Mientras Buck observaba la luz del fuego, a veces se convertía en otra cosa.
Khi Buck nhìn ánh lửa, đôi khi nó trở thành thứ gì đó khác.
Vio a la luz del fuego otro fuego, más antiguo y más profundo que el actual.
Anh nhìn thấy trong ánh lửa một ngọn lửa khác, cũ hơn và sâu hơn ngọn lửa hiện tại.
Junto a ese otro fuego se agazapaba un hombre que no se parecía en nada al cocinero mestizo.
Bên cạnh đống lửa là một người đàn ông đang khom mình, không giống như gã đầu bếp lai.
Esta figura tenía piernas cortas, brazos largos y músculos duros y anudados.
Nhân vật này có chân ngắn, tay dài và cơ bắp cứng cáp.
Su cabello era largo y enmarañado, y caía hacia atrás desde los ojos.
Tóc anh ta dài và rối, chảy dài về phía sau từ mắt.
Hizo ruidos extraños y miró con miedo hacia la oscuridad.
Anh ta phát ra những âm thanh kỳ lạ và nhìn chằm chằm vào bóng tối trong sợ hãi.
Sostenía agachado un garrote de piedra, firmemente agarrado con su mano larga y áspera.
Anh ta cầm chặt một cây gậy đá trong bàn tay dài thô ráp của mình.
El hombre vestía poco: sólo una piel carbonizada que le colgaba por la espalda.
Người đàn ông mặc rất ít quần áo; chỉ có một lớp da cháy xém rủ xuống lưng.
Su cuerpo estaba cubierto de espeso vello en los brazos, el pecho y los muslos.
Cơ thể anh ta được bao phủ bởi lớp lông dày ở cánh tay, ngực và đùi.
Algunas partes del cabello estaban enredadas en parches de pelaje áspero.
Một số phần tóc bị rối thành từng mảng lông thô.
No se mantenía erguido, sino inclinado hacia delante desde las caderas hasta las rodillas.

Ông ta không đứng thẳng mà khom người về phía trước từ hông đến đầu gối.

Sus pasos eran elásticos y felinos, como si estuviera siempre dispuesto a saltar.

Bước chân của anh ta nhẹ nhàng và uyển chuyển như mèo, như thể luôn sẵn sàng nhảy vọt.

Había un estado de alerta agudo, como si viviera con miedo constante.

Có một sự cảnh giác sắc bén, như thể anh ta đang sống trong nỗi sợ hãi thường trực.

Este hombre anciano parecía esperar el peligro, ya sea que lo viera o no.

Người đàn ông cổ đại này dường như luôn mong đợi nguy hiểm, bất kể có nhìn thấy nguy hiểm hay không.

A veces, el hombre peludo dormía junto al fuego, con la cabeza metida entre las piernas.

Đôi khi người đàn ông lông lá ngủ bên đống lửa, đầu kẹp giữa hai chân.

Sus codos descansaban sobre sus rodillas, sus manos entrelazadas sobre su cabeza.

Khuỷu tay anh chống lên đầu gối, hai tay chắp lại trên đầu.

Como un perro, usó sus brazos peludos para protegerse de la lluvia que caía.

Giống như một chú chó, anh ta dùng cánh tay đầy lông của mình để rũ mưa rơi.

Más allá de la luz del fuego, Buck vio dos brasas brillando en la oscuridad.

Phía sau ánh lửa, Buck nhìn thấy hai cục than đang cháy sáng trong bóng tối.

Siempre de dos en dos, eran los ojos de las bestias rapaces al acecho.

Luôn luôn là hai con mắt của những con thú săn mồi rình mồi.

Escuchó cuerpos chocando contra la maleza y ruidos en la noche.

Anh nghe thấy tiếng người va vào bụi rậm và những âm thanh phát ra trong đêm.

Acostado en la orilla del Yukón, parpadeando, Buck soñaba junto al fuego.
Nằm trên bờ sông Yukon, chớp mắt, Buck mơ màng bên đống lửa.
Las vistas y los sonidos de ese mundo salvaje le ponían los pelos de punta.
Cảnh tượng và âm thanh của thế giới hoang dã đó khiến tóc anh dựng đứng.
El pelaje se le subió por la espalda, los hombros y el cuello.
Lông mọc dọc theo lưng, vai và lên đến cổ.
Él gimió suavemente o emitió un gruñido bajo y profundo en su pecho.
Anh ta rên rỉ khe khẽ hoặc gầm gừ trong lồng ngực.
Entonces el cocinero mestizo gritó: "¡Oye, Buck, despierta!"
Sau đó, gã đầu bếp lai hét lên: "Này, Buck, dậy đi!"
El mundo de los sueños desapareció y la vida real regresó a los ojos de Buck.
Thế giới trong mơ biến mất, và cuộc sống thực sự trở lại trước mắt Buck.
Iba a levantarse, estirarse y bostezar, como si acabara de despertar de una siesta.
Anh ta định đứng dậy, vươn vai và ngáp như thể vừa mới ngủ dậy.
El viaje fue duro, con el trineo del correo arrastrándose detrás de ellos.
Chuyến đi thật vất vả vì xe trượt thư kéo lê phía sau.
Las cargas pesadas y el trabajo duro agotaban a los perros cada largo día.
Những gánh nặng và công việc khó khăn đã làm kiệt sức những chú chó sau một ngày dài.
Llegaron a Dawson delgados, cansados y necesitando más de una semana de descanso.
Họ đến Dawson trong tình trạng gầy gò, mệt mỏi và cần phải nghỉ ngơi hơn một tuần.
Pero sólo dos días después, emprendieron nuevamente el descenso por el Yukón.
Nhưng chỉ hai ngày sau, họ lại lên đường xuôi dòng Yukon.

Estaban cargados con más cartas destinadas al mundo exterior.
Chúng chứa đầy những lá thư gửi đi thế giới bên ngoài.
Los perros estaban exhaustos y los hombres se quejaban constantemente.
Những chú chó thì kiệt sức còn những người đàn ông thì liên tục phàn nàn.
La nieve caía todos los días, suavizando el camino y ralentizando los trineos.
Tuyết rơi mỗi ngày, làm mềm đường mòn và làm chậm tốc độ của xe trượt tuyết.
Esto provocó que el tirón fuera más difícil y hubo más resistencia para los corredores.
Điều này làm cho việc kéo trở nên khó khăn hơn và gây nhiều lực cản hơn lên người chạy.
A pesar de eso, los pilotos fueron justos y se preocuparon por sus equipos.
Mặc dù vậy, các tay đua vẫn rất công bằng và quan tâm đến đội của mình.
Cada noche, los perros eran alimentados antes de que los hombres pudieran comer.
Mỗi đêm, những chú chó được cho ăn trước khi những người đàn ông được ăn.
Ningún hombre duerme sin antes revisar las patas de su propio perro.
Không người đàn ông nào ngủ mà không kiểm tra chân chó của mình.
Aún así, los perros se fueron debilitando a medida que los kilómetros iban desgastando sus cuerpos.
Tuy nhiên, những chú chó ngày càng yếu đi vì quãng đường đã đi qua.
Habían viajado mil ochocientas millas durante el invierno.
Họ đã đi được một ngàn tám trăm dặm trong suốt mùa đông.
Tiraron de trineos a lo largo de cada milla de esa brutal distancia.
Họ kéo xe trượt tuyết băng qua từng dặm đường khắc nghiệt đó.

Incluso los perros de trineo más resistentes sienten tensión después de tantos kilómetros.
Ngay cả những chú chó kéo xe bền bỉ nhất cũng cảm thấy mệt mỏi sau nhiều dặm đường.
Buck aguantó, mantuvo a su equipo trabajando y mantuvo la disciplina.
Buck vẫn trụ vững, duy trì hoạt động của nhóm và duy trì kỷ luật.
Pero Buck estaba cansado, al igual que los demás en el largo viaje.
Nhưng Buck cũng mệt mỏi như những người khác trong chuyến đi dài.
Billee gemía y lloraba mientras dormía todas las noches sin falta.
Billee rên rỉ và khóc trong lúc ngủ mỗi đêm không hề sai sót.
Joe se volvió aún más amargado y Solleks se mantuvo frío y distante.
Joe càng trở nên cay đắng hơn, còn Solleks vẫn lạnh lùng và xa cách.
Pero fue Dave quien sufrió más de todo el equipo.
Nhưng Dave là người chịu tổn thương nặng nề nhất trong cả đội.
Algo había ido mal dentro de él, aunque nadie sabía qué.
Có điều gì đó không ổn bên trong anh, mặc dù không ai biết đó là gì.
Se volvió más malhumorado y les gritaba a los demás con creciente enojo.
Ông trở nên cáu kỉnh hơn và quát tháo người khác khi cơn giận ngày một tăng.
Cada noche iba directo a su nido, esperando ser alimentado.
Mỗi đêm, chú chim bay thẳng về tổ, chờ được cho ăn.
Una vez que cayó, Dave no se levantó hasta la mañana.
Sau khi nằm xuống, Dave không thể đứng dậy cho đến sáng.
En las riendas, tirones o arranques repentinos le hacían gritar de dolor.
Trên dây cương, những cú giật hoặc khởi động đột ngột đều khiến anh ta kêu lên vì đau.

Su conductor buscó la causa, pero no encontró heridos.
Tài xế của anh đã tìm kiếm nguyên nhân nhưng không thấy anh bị thương.
Todos los conductores comenzaron a observar a Dave y discutieron su caso.
Tất cả các tài xế bắt đầu chú ý đến Dave và thảo luận về trường hợp của anh.
Hablaron durante las comidas y durante el último cigarrillo del día.
Họ trò chuyện trong bữa ăn và trong lúc hút thuốc cuối cùng trong ngày.
Una noche tuvieron una reunión y llevaron a Dave al fuego.
Một đêm nọ, họ họp và đưa Dave đến đống lửa.
Le apretaron y le palparon el cuerpo, y él gritaba a menudo.
Họ ấn và thăm dò cơ thể ông, và ông thường xuyên kêu khóc.
Estaba claro que algo iba mal, aunque no parecía haber ningún hueso roto.
Rõ ràng là có điều gì đó không ổn, mặc dù không có chiếc xương nào bị gãy.
Cuando llegaron a Cassiar Bar, Dave se estaba cayendo.
Khi họ tới Cassiar Bar, Dave đang ngã xuống.
El mestizo escocés pidió un alto y eliminó a Dave del equipo.
Người lai Scotland đã dừng lại và đuổi Dave ra khỏi đội.
Sujetó a Solleks en el lugar de Dave, más cerca del frente del trineo.
Anh ta buộc Solleks vào vị trí của Dave, gần phía trước xe trượt tuyết nhất.
Su intención era dejar que Dave descansara y corriera libremente detrás del trineo en movimiento.
Anh ấy định để Dave nghỉ ngơi và chạy tự do phía sau chiếc xe trượt tuyết đang chuyển động.
Pero incluso estando enfermo, Dave odiaba que lo sacaran del trabajo que había tenido.
Nhưng ngay cả khi bị bệnh, Dave vẫn ghét việc bị cướp mất công việc mà anh từng làm.
Gruñó y gimió cuando le quitaron las riendas del cuerpo.

Anh ta gầm gừ và rên rỉ khi dây cương bị kéo ra khỏi người anh ta.

Cuando vio a Solleks en su lugar, lloró con el corazón roto.
Khi nhìn thấy Solleks ở vị trí của mình, ông đã khóc vì đau đớn tột cùng.

El orgullo por el trabajo en los senderos estaba profundamente arraigado en Dave, incluso cuando se acercaba la muerte.
Niềm tự hào về công việc thám hiểm đường mòn vẫn luôn sâu thẳm trong Dave, ngay cả khi cái chết đang đến gần.

Mientras el trineo se movía, Dave se tambaleaba sobre la nieve blanda cerca del sendero.
Khi chiếc xe trượt tuyết di chuyển, Dave loạng choạng đi qua lớp tuyết mềm gần đường mòn.

Atacó a Solleks, mordiéndolo y empujándolo desde el costado del trineo.
Anh ta tấn công Solleks bằng cách cắn và đẩy anh ta ra khỏi xe trượt tuyết.

Dave intentó saltar al arnés y recuperar su lugar de trabajo.
Dave cố gắng nhảy vào dây an toàn và giành lại vị trí làm việc của mình.

Gritó, se quejó y lloró, dividido entre el dolor y el orgullo por el trabajo.
Anh ấy hét lên, rên rỉ và khóc lóc, giằng xé giữa nỗi đau và niềm tự hào khi chuyển dạ.

El mestizo usó su látigo para intentar alejar a Dave del equipo.
Người con lai này đã dùng roi để cố đuổi Dave ra khỏi đội.

Pero Dave ignoró el látigo y el hombre no pudo golpearlo más fuerte.
Nhưng Dave không để ý đến đòn roi, và gã đàn ông kia không thể đánh anh mạnh hơn được nữa.

Dave rechazó el camino más fácil detrás del trineo, donde la nieve estaba acumulada.
Dave từ chối đi theo con đường dễ dàng hơn phía sau xe trượt tuyết, nơi tuyết phủ dày.

En cambio, luchaba en la nieve profunda junto al sendero, en la miseria.
Thay vào đó, anh ta vật lộn trong lớp tuyết dày bên cạnh con đường mòn, trong đau khổ.
Finalmente, Dave se desplomó, quedó tendido en la nieve y aullando de dolor.
Cuối cùng, Dave ngã gục, nằm trên tuyết và rên rỉ vì đau đớn.
Gritó cuando el largo tren de trineos pasó a su lado uno por uno.
Anh ấy kêu lên khi đoàn xe trượt tuyết dài lần lượt đi qua.
Aún con las fuerzas que le quedaban, se levantó y tropezó tras ellos.
Tuy nhiên, với chút sức lực còn lại, anh đứng dậy và loạng choạng đi theo họ.
Lo alcanzó cuando el tren se detuvo nuevamente y encontró su viejo trineo.
Khi tàu dừng lại lần nữa, anh ta đuổi kịp và tìm thấy chiếc xe trượt tuyết cũ của mình.
Pasó junto a los otros equipos y se quedó de nuevo al lado de Solleks.
Anh ta loạng choạng đi qua các đội khác và lại đứng cạnh Solleks.
Cuando el conductor se detuvo para encender su pipa, Dave aprovechó su última oportunidad.
Khi người lái xe dừng lại để châm thuốc, Dave đã nắm lấy cơ hội cuối cùng của mình.
Cuando el conductor regresó y gritó, el equipo no avanzó.
Khi người lái xe quay lại và hét lớn, cả đoàn không tiến lên nữa.
Los perros habían girado la cabeza, confundidos por la parada repentina.
Những con chó quay đầu lại, tỏ vẻ bối rối vì sự dừng lại đột ngột.
El conductor también estaba sorprendido: el trineo no se había movido ni un centímetro hacia adelante.
Người lái xe cũng bị sốc - chiếc xe trượt tuyết không hề di chuyển về phía trước một inch nào.

Llamó a los demás para que vinieran a ver qué había sucedido.
Anh ta gọi những người khác đến xem chuyện gì đã xảy ra.
Dave había mordido las riendas de Solleks, rompiéndolas ambas.
Dave đã cắn đứt dây cương của Solleks, làm cả hai đứt ra.
Ahora estaba de pie frente al trineo, nuevamente en su posición correcta.
Bây giờ anh ấy đã đứng trước xe trượt tuyết, trở lại đúng vị trí của mình.
Dave miró al conductor y le rogó en silencio que se mantuviera en el carril.
Dave nhìn lên người lái xe, thầm cầu xin anh ta giữ nguyên tốc độ.
El conductor estaba desconcertado, sin saber qué hacer con el perro que luchaba.
Người lái xe tỏ ra bối rối, không biết phải làm gì với chú chó đang vật lộn.
Los otros hombres hablaron de perros que habían muerto al ser sacados a la calle.
Những người đàn ông khác kể về những con chó đã chết khi bị đưa ra ngoài.
Contaron sobre perros viejos o heridos cuyo corazón se rompió al ser abandonados.
Họ kể về những chú chó già hoặc bị thương, có trái tim tan vỡ khi bị bỏ lại.
Estuvieron de acuerdo en que era una misericordia dejar que Dave muriera mientras aún estaba en su arnés.
Họ đồng ý rằng thật là thương xót khi để Dave chết khi vẫn còn trong dây cương.
Lo volvieron a sujetar al trineo y Dave tiró con orgullo.
Anh ấy được buộc lại vào xe trượt tuyết và Dave kéo xe một cách đầy tự hào.
Aunque a veces gritaba, trabajaba como si el dolor pudiera ignorarse.
Mặc dù đôi khi ông kêu khóc, nhưng ông vẫn làm việc như thể cơn đau có thể bị bỏ qua.

Más de una vez se cayó y fue arrastrado antes de levantarse de nuevo.
Ông đã ngã và bị kéo đi nhiều lần trước khi đứng dậy được.

Un día, el trineo pasó por encima de él y desde ese momento empezó a cojear.
Một lần, chiếc xe trượt tuyết lăn qua người anh và anh đi khập khiễng từ lúc đó.

Aún así, trabajó hasta llegar al campamento y luego se acostó junto al fuego.
Tuy nhiên, ông vẫn làm việc cho đến khi tới trại, rồi nằm bên đống lửa.

Por la mañana, Dave estaba demasiado débil para viajar o incluso mantenerse en pie.
Đến sáng, Dave đã quá yếu để có thể di chuyển hoặc thậm chí là đứng thẳng.

En el momento de preparar el arnés, intentó alcanzar a su conductor con un esfuerzo tembloroso.
Khi đến giờ thắng ngựa, anh ta run rẩy cố gắng tiếp cận người lái xe.

Se obligó a levantarse, se tambaleó y se desplomó sobre el suelo nevado.
Anh ta cố gắng đứng dậy, loạng choạng rồi ngã xuống nền đất đầy tuyết.

Utilizando sus patas delanteras, arrastró su cuerpo hacia el área del arnés.
Anh ta dùng hai chân trước kéo cơ thể về phía khu vực buộc dây cương.

Avanzó poco a poco, centímetro a centímetro, hacia los perros de trabajo.
Anh ta nhích từng inch một về phía những chú chó nghiệp vụ.

Sus fuerzas se acabaron, pero siguió avanzando en su último y desesperado esfuerzo.
Sức lực của anh đã cạn kiệt, nhưng anh vẫn tiếp tục di chuyển trong nỗ lực tuyệt vọng cuối cùng của mình.

Sus compañeros de equipo lo vieron jadeando en la nieve, todavía deseando unirse a ellos.

Các đồng đội của anh nhìn thấy anh thở hổn hển trên tuyết, vẫn khao khát được tham gia cùng họ.

Lo oyeron aullar de dolor mientras dejaban atrás el campamento.

Họ nghe thấy tiếng anh ấy hú lên vì đau buồn khi họ rời khỏi trại.

Cuando el equipo desapareció entre los árboles, el grito de Dave resonó detrás de ellos.

Khi cả đội biến mất sau những hàng cây, tiếng kêu của Dave vẫn vang vọng phía sau họ.

El tren de trineos se detuvo brevemente después de cruzar un tramo de bosque junto al río.

Đoàn tàu trượt tuyết dừng lại một lúc sau khi băng qua một đoạn sông gỗ.

El mestizo escocés caminó lentamente de regreso hacia el campamento que estaba detrás.

Người lai Scotland chậm rãi bước trở về trại phía sau.

Los hombres dejaron de hablar cuando lo vieron salir del tren de trineos.

Những người đàn ông ngừng nói chuyện khi thấy anh ta rời khỏi đoàn tàu trượt tuyết.

Entonces un único disparo se oyó claro y nítido en el camino.

Rồi một tiếng súng vang lên rõ ràng và sắc nét dọc theo con đường mòn.

El hombre regresó rápidamente y ocupó su lugar sin decir palabra.

Người đàn ông nhanh chóng quay lại và ngồi vào chỗ của mình mà không nói một lời.

Los látigos crujieron, las campanas tintinearon y los trineos rodaron por la nieve.

Tiếng roi quất, tiếng chuông leng keng và tiếng xe trượt tuyết lăn trên tuyết.

Pero Buck sabía lo que había sucedido... y todos los demás perros también.

Nhưng Buck biết chuyện gì đã xảy ra—và mọi con chó khác cũng vậy.

El trabajo de las riendas y el sendero
Sự vất vả của cương ngựa và đường mòn

Treinta días después de salir de Dawson, el Salt Water Mail llegó a Skaguay.

Ba mươi ngày sau khi rời Dawson, tàu Salt Water Mail đã đến Skaguay.

Buck y sus compañeros tomaron la delantera, llegando en lamentables condiciones.

Buck và các đồng đội đã vươn lên dẫn đầu, nhưng đến nơi trong tình trạng rất thảm thương.

Buck había bajado de ciento cuarenta a ciento quince libras.

Buck đã giảm từ một trăm bốn mươi pound xuống còn một trăm mười lăm pound.

Los otros perros, aunque más pequeños, habían perdido aún más peso corporal.

Những con chó khác, mặc dù nhỏ hơn, nhưng lại sụt cân nhiều hơn.

Pike, que antes fingía cojear, ahora arrastraba tras él una pierna realmente herida.

Pike, trước đây là một kẻ tập tễnh giả tạo, giờ đây phải lê một chân thực sự bị thương theo sau.

Solleks cojeaba mucho y Dub tenía un omóplato torcido.

Solleks đi khập khiễng, còn Dub thì bị trật xương bả vai.

Todos los perros del equipo tenían las patas doloridas por las semanas que pasaron en el sendero helado.

Mọi chú chó trong đội đều bị đau chân vì phải đi trên đường mòn đóng băng nhiều tuần.

Ya no tenían resorte en sus pasos, sólo un movimiento lento y arrastrado.

Bước chân của họ không còn chút sức bật nào nữa, chỉ còn chuyển động chậm chạp, lê thê.

Sus pies golpeaban el sendero con fuerza y cada paso añadía más tensión a sus cuerpos.

Bàn chân họ chạm mạnh vào con đường mòn, mỗi bước chân lại khiến cơ thể họ thêm căng thẳng.

No estaban enfermos, sólo agotados más allá de toda recuperación natural.
Họ không bị bệnh, chỉ bị kiệt sức đến mức không thể phục hồi tự nhiên được.
No era el cansancio de un día duro que se curaba con una noche de descanso.
Đây không phải là sự mệt mỏi sau một ngày làm việc vất vả, được chữa khỏi bằng một đêm nghỉ ngơi.
Fue un agotamiento acumulado lentamente a lo largo de meses de esfuerzo agotador.
Đó là sự kiệt sức tích tụ dần qua nhiều tháng nỗ lực không ngừng nghỉ.
No quedaban reservas de fuerza: habían agotado todas las que tenían.
Không còn sức lực dự trữ nào nữa — họ đã sử dụng hết mọi thứ họ có.
Cada músculo, fibra y célula de sus cuerpos estaba gastado y desgastado.
Mọi cơ, sợi và tế bào trong cơ thể họ đều kiệt sức và mòn mỏi.
Y había una razón: habían recorrido dos mil quinientas millas.
Và có một lý do - họ đã đi được hai ngàn năm trăm dặm.
Habían descansado sólo cinco días durante las últimas mil ochocientas millas.
Họ chỉ nghỉ ngơi năm ngày trong suốt chặng đường dài một nghìn tám trăm dặm.
Cuando llegaron a Skaguay, parecían apenas capaces de mantenerse en pie.
Khi họ đến Skaguay, trông họ như thể không thể đứng thẳng được nữa.
Se esforzaron por mantener las riendas tensas y permanecer delante del trineo.
Họ cố gắng giữ chặt dây cương và đi trước xe trượt tuyết.
En las bajadas sólo lograron evitar ser atropellados.
Khi xuống dốc, họ chỉ có thể tránh được việc bị xe cán qua.
"Sigan adelante, pobres pies doloridos", dijo el conductor mientras cojeaban.

"Tiến lên, đôi chân đau nhức tội nghiệp," người lái xe nói khi họ khập khiễng bước đi.

"Este es el último tramo, luego todos tendremos un largo descanso, seguro".

"Đây là chặng cuối cùng, sau đó chắc chắn tất cả chúng ta sẽ được nghỉ ngơi một thời gian dài."

"Un descanso verdaderamente largo", prometió mientras los observaba tambalearse hacia adelante.

"Một giấc ngủ thật dài", anh hứa, nhìn họ loạng choạng tiến về phía trước.

Los conductores esperaban que ahora tuvieran un descanso largo y necesario.

Các tài xế hy vọng rằng họ sẽ có được một kỳ nghỉ dài và cần thiết.

Habían recorrido mil doscientas millas con sólo dos días de descanso.

Họ đã đi được một ngàn hai trăm dặm chỉ với hai ngày nghỉ ngơi.

Por justicia y razón, sintieron que se habían ganado tiempo para relajarse.

Công bằng mà nói, họ cảm thấy họ xứng đáng có thời gian để thư giãn.

Pero eran demasiados los que habían llegado al Klondike y muy pocos los que se habían quedado en casa.

Nhưng có quá nhiều người đến Klondike và quá ít người ở lại nhà.

Las cartas de las familias llegaron en masa, creando montañas de correo retrasado.

Thư từ các gia đình liên tục gửi đến, tạo thành những đống thư bị chậm trễ.

Llegaron órdenes oficiales: nuevos perros de la Bahía de Hudson tomarían el control.

Lệnh chính thức đã đến—những chú chó mới của Hudson Bay sẽ tiếp quản nhiệm vụ.

Los perros exhaustos, ahora llamados inútiles, debían ser eliminados.

Những con chó kiệt sức, giờ đây bị coi là vô giá trị, sẽ bị loại bỏ.

Como el dinero importaba más que los perros, los iban a vender a bajo precio.

Vì tiền quan trọng hơn chó nên chúng sẽ được bán với giá rẻ.

Pasaron tres días más antes de que los perros sintieran lo débiles que estaban.

Ba ngày nữa trôi qua trước khi những chú chó cảm thấy chúng yếu đến mức nào.

En la cuarta mañana, dos hombres de Estados Unidos compraron todo el equipo.

Sáng ngày thứ tư, hai người đàn ông từ Hoa Kỳ đã mua toàn bộ đội.

La venta incluía todos los perros, además de sus arneses usados.

Việc bán đấu giá bao gồm tất cả những con chó cùng với bộ dây nịt đã qua sử dụng của chúng.

Los hombres se llamaban entre sí "Hal" y "Charles" mientras completaban el trato.

Những người đàn ông gọi nhau là "Hal" và "Charles" khi họ hoàn tất giao dịch.

Charles era un hombre de mediana edad, pálido, con labios flácidos y puntas de bigote feroces.

Charles đã ở độ tuổi trung niên, nước da nhợt nhạt, đôi môi mềm mại và bộ ria mép rậm rạp.

Hal era un hombre joven, de unos diecinueve años, que llevaba un cinturón lleno de cartuchos.

Hal là một thanh niên, khoảng mười chín tuổi, đeo thắt lưng nhét đầy đạn.

El cinturón contenía un gran revólver y un cuchillo de caza, ambos sin usar.

Thắt lưng đựng một khẩu súng lục lớn và một con dao săn, cả hai đều chưa sử dụng.

Esto demostró lo inexperto e inadecuado que era para la vida en el norte.

Điều này cho thấy ông thiếu kinh nghiệm và không phù hợp với cuộc sống ở miền Bắc.

Ninguno de los dos pertenecía a la naturaleza; su presencia desafiaba toda razón.
Cả hai người đều không thuộc về nơi hoang dã; sự hiện diện của họ thách thức mọi lý lẽ.

Buck observó cómo el dinero intercambiaba manos entre el comprador y el agente.
Buck theo dõi việc trao đổi tiền giữa người mua và người môi giới.

Sabía que los conductores de trenes correos abandonaban su vida como el resto.
Ông biết những người lái tàu thư cũng sắp rời bỏ cuộc sống của ông như những người khác.

Siguieron a Perrault y a François, ahora desaparecidos sin posibilidad de recuperación.
Họ đi theo Perrault và François, lúc này đã không còn ai gọi họ nữa.

Buck y el equipo fueron conducidos al descuidado campamento de sus nuevos dueños.
Buck và nhóm của anh được dẫn đến trại tạm trú tồi tàn của chủ sở hữu mới.

La tienda se hundía, los platos estaban sucios y todo estaba desordenado.
Chiếc lều lún xuống, bát đĩa bẩn và mọi thứ đều lộn xộn.

Buck también notó que había una mujer allí: Mercedes, la esposa de Charles y hermana de Hal.
Buck cũng để ý thấy một người phụ nữ ở đó - Mercedes, vợ của Charles và là em gái của Hal.

Formaban una familia completa, aunque no eran aptos para el recorrido.
Họ tạo thành một gia đình hoàn chỉnh, mặc dù không phù hợp với con đường mòn.

Buck observó nervioso cómo el trío comenzó a empacar los suministros.
Buck lo lắng theo dõi bộ ba bắt đầu đóng gói đồ tiếp tế.

Trabajaron duro, pero sin orden: sólo alboroto y esfuerzos desperdiciados.

Họ làm việc chăm chỉ nhưng không có trật tự, chỉ gây phiền phức và lãng phí công sức.

La tienda estaba enrollada hasta formar un volumen demasiado grande para el trineo.

Chiếc lều được cuộn lại thành một hình dạng cồng kềnh, quá lớn so với chiếc xe trượt tuyết.

Los platos sucios se empaquetaron sin limpiarlos ni secarlos.

Bát đĩa bẩn được đóng gói mà không được rửa hoặc sấy khô.

Mercedes revoloteaba por todos lados, hablando, corrigiendo y entrometiéndose constantemente.

Mercedes bay lượn khắp nơi, liên tục nói chuyện, sửa lỗi và can thiệp.

Cuando le ponían un saco en el frente, ella insistía en que lo pusieran en la parte de atrás.

Khi đặt một cái bao lên phía trước, cô ấy nhất quyết đặt nó lên phía sau.

Metió la bolsa en el fondo y al siguiente momento la necesitó.

Cô nhét chiếc túi vào đáy và ngay sau đó cô đã cần đến nó.

De esta manera, el trineo fue desempaquetado nuevamente para alcanzar la bolsa específica.

Vì vậy, chiếc xe trượt tuyết lại được mở ra để lấy chiếc túi cụ thể đó.

Cerca de allí, tres hombres estaban parados afuera de una tienda de campaña, observando cómo se desarrollaba la escena.

Gần đó, ba người đàn ông đứng bên ngoài một chiếc lều, quan sát cảnh tượng đang diễn ra.

Sonrieron, guiñaron el ojo y sonrieron ante la evidente confusión de los recién llegados.

Họ mỉm cười, nháy mắt và cười toe toét trước vẻ bối rối rõ ràng của những người mới đến.

"Ya tienes una carga bastante pesada", dijo uno de los hombres.

"Anh đã mang trên mình một gánh nặng rồi đấy", một trong những người đàn ông nói.

"No creo que debas llevar esa tienda de campaña, pero es tu elección".

"Tôi không nghĩ bạn nên mang theo chiếc lều đó, nhưng đó là lựa chọn của bạn."

"¡Inimaginable!", exclamó Mercedes levantando las manos con desesperación.

"Thật không thể tưởng tượng nổi!" Mercedes kêu lên, giơ hai tay lên trời trong tuyệt vọng.

"¿Cómo podría viajar sin una tienda de campaña donde refugiarme?"

"Làm sao tôi có thể đi du lịch nếu không có lều để trú ẩn?"

"Es primavera, ya no volverás a ver el frío", respondió el hombre.

"Mùa xuân rồi, anh sẽ không còn thấy thời tiết lạnh nữa đâu", người đàn ông trả lời.

Pero ella meneó la cabeza y ellos siguieron apilando objetos en el trineo.

Nhưng cô lắc đầu, và họ tiếp tục chất đồ lên xe trượt tuyết.

La carga se elevó peligrosamente a medida que añadían los últimos elementos.

Tải trọng tăng cao một cách nguy hiểm khi họ thêm những thứ cuối cùng vào.

"¿Crees que el trineo se deslizará?" preguntó uno de los hombres con mirada escéptica.

"Anh nghĩ là xe trượt tuyết có chạy được không?" Một người đàn ông hỏi với vẻ hoài nghi.

"¿Por qué no debería?", replicó Charles con gran fastidio.

"Tại sao lại không?" Charles quát lại với vẻ khó chịu tột độ.

—Está bien —dijo rápidamente el hombre, alejándose un poco de la ofensa.

"Ồ, không sao đâu," người đàn ông nhanh chóng nói, tránh né sự xúc phạm.

"Solo me preguntaba, me pareció que tenía la parte superior demasiado pesada".

"Tôi chỉ thắc mắc thôi—với tôi thì nó trông có vẻ hơi nặng phần trên."

Charles se dio la vuelta y ató la carga lo mejor que pudo.

Charles quay đi và cố gắng buộc chặt vật nặng hết mức có thể.

Pero las ataduras estaban sueltas y el embalaje en general estaba mal hecho.

Nhưng dây buộc lỏng lẻo và việc đóng gói nhìn chung không được tốt.

"Claro, los perros tirarán de eso todo el día", dijo otro hombre con sarcasmo.

"Chắc chắn rồi, lũ chó sẽ kéo như thế cả ngày", một người đàn ông khác nói một cách mỉa mai.

—Por supuesto —respondió Hal con frialdad, agarrando el largo palo del trineo.

"Tất nhiên rồi," Hal lạnh lùng đáp, nắm lấy cần lái dài của xe trượt tuyết.

Con una mano en el poste, blandía el látigo con la otra.

Một tay anh ta cầm cây sào, tay kia vung roi.

"¡Vamos!", gritó. "¡Muévanse!", instando a los perros a empezar.

"Đi thôi!" anh ta hét lên. "Đi nào!" thúc giục lũ chó bắt đầu.

Los perros se inclinaron hacia el arnés y se tensaron durante unos instantes.

Những chú chó dựa vào dây nịt và căng thẳng trong vài phút.

Entonces se detuvieron, incapaces de mover ni un centímetro el trineo sobrecargado.

Sau đó, họ dừng lại, không thể di chuyển chiếc xe trượt tuyết quá tải một inch nào.

—¡Esos brutos perezosos! —gritó Hal, levantando el látigo para golpearlos.

"Lũ súc vật lười biếng!" Hal hét lên, giơ roi lên định đánh chúng.

Pero Mercedes entró corriendo y le arrebató el látigo de las manos a Hal.

Nhưng Mercedes đã lao vào và giật lấy chiếc roi từ tay Hal.

—Oh, Hal, no te atrevas a hacerles daño —gritó alarmada.

"Ôi, Hal, đừng có mà làm hại họ," cô kêu lên trong hoảng sợ.

"Prométeme que serás amable con ellos o no daré un paso más".

"Hứa với tôi là anh sẽ tử tế với họ, nếu không tôi sẽ không tiến thêm bước nào nữa đâu."

—No sabes nada de perros —le espetó Hal a su hermana.

"Em chẳng biết gì về chó cả," Hal quát vào mặt chị gái mình.

"Son perezosos y la única forma de moverlos es azotándolos".

"Chúng lười biếng, và cách duy nhất để di chuyển chúng là dùng roi quất chúng."

"Pregúntale a cualquiera, pregúntale a uno de esos hombres de allí si dudas de mí".

"Hãy hỏi bất kỳ ai—hãy hỏi một trong những người đàn ông đằng kia nếu bạn nghi ngờ tôi."

Mercedes miró a los espectadores con ojos suplicantes y llorosos.

Mercedes nhìn những người đứng xem bằng đôi mắt cầu xin và đẫm lệ.

Su rostro mostraba lo profundamente que odiaba ver cualquier dolor.

Gương mặt cô cho thấy cô ghét cay ghét đắng cảnh đau đớn đến nhường nào.

"Están débiles, eso es todo", dijo un hombre. "Están agotados".

"Họ yếu lắm, thế thôi", một người đàn ông nói. "Họ kiệt sức rồi".

"Necesitan descansar, han trabajado demasiado tiempo sin descansar".

"Họ cần được nghỉ ngơi—họ đã làm việc quá lâu mà không được nghỉ ngơi."

—Maldito sea el resto —murmuró Hal con el labio curvado.

"Những kẻ còn lại bị nguyền rủa," Hal lầm bầm với đôi môi cong lên.

Mercedes jadeó, visiblemente dolida por la grosera palabra que pronunció.

Mercedes thở hổn hển, rõ ràng là đau đớn vì lời lẽ thô lỗ của anh ta.

Aún así, ella se mantuvo leal y defendió instantáneamente a su hermano.

Tuy nhiên, cô vẫn trung thành và ngay lập tức bảo vệ anh trai mình.

—No le hagas caso a ese hombre —le dijo a Hal—. **Son nuestros perros.**

"Đừng để ý đến người đàn ông đó," cô nói với Hal. "Họ là chó của chúng ta."

"Los conduces como mejor te parezca, haz lo que creas correcto".

"Bạn lái chúng theo cách bạn thấy phù hợp—làm những gì bạn cho là đúng."

Hal levantó el látigo y volvió a golpear a los perros sin piedad.

Hal giơ roi lên và đánh lũ chó một lần nữa không thương tiếc.

Se lanzaron hacia adelante, con el cuerpo agachado y los pies hundidos en la nieve.

Họ lao về phía trước, người cúi thấp, chân đẩy vào tuyết.

Ponían toda su fuerza en tirar, pero el trineo no se movía.

Họ dùng hết sức lực để kéo nhưng chiếc xe trượt tuyết vẫn không di chuyển.

El trineo quedó atascado, como un ancla congelada en la nieve compacta.

Chiếc xe trượt tuyết vẫn kẹt cứng như một chiếc mỏ neo bị đóng băng trong lớp tuyết dày.

Tras un segundo esfuerzo, los perros se detuvieron de nuevo, jadeando con fuerza.

Sau nỗ lực thứ hai, đàn chó lại dừng lại, thở hổn hển.

Hal levantó el látigo una vez más, justo cuando Mercedes interfirió nuevamente.

Hal lại giơ roi lên một lần nữa, đúng lúc Mercedes lại can thiệp.

Ella cayó de rodillas frente a Buck y abrazó su cuello.

Cô quỳ xuống trước mặt Buck và ôm lấy cổ anh.

Las lágrimas llenaron sus ojos mientras le suplicaba al perro exhausto.

Nước mắt cô trào ra khi cô cầu xin chú chó kiệt sức.

"Pobres queridos", dijo, "¿por qué no tiran más fuerte?"

"Các bạn tội nghiệp ơi", bà nói, "sao các bạn không kéo mạnh hơn nữa nhỉ?"

"Si tiras, no te azotarán así".
"Nếu kéo thì sẽ không bị đánh như thế này."

A Buck no le gustaba Mercedes, pero estaba demasiado cansado para resistirse a ella ahora.
Buck không thích Mercedes, nhưng lúc này anh đã quá mệt mỏi để cưỡng lại cô.

Él aceptó sus lágrimas como una parte más de ese día miserable.
Anh chấp nhận những giọt nước mắt của cô như một phần của ngày đau khổ này.

Uno de los hombres que observaban finalmente habló después de contener su ira.
Một trong những người đàn ông đang theo dõi cuối cùng cũng lên tiếng sau khi kìm nén cơn giận.

"No me importa lo que les pase a ustedes, pero esos perros importan".
"Tôi không quan tâm chuyện gì sẽ xảy ra với các người, nhưng những chú chó đó rất quan trọng."

"Si quieres ayudar, suelta ese trineo: está congelado hasta la nieve".
"Nếu muốn giúp thì hãy tháo chiếc xe trượt tuyết ra đi—nó đã bị đóng băng trên tuyết rồi."

"Presiona con fuerza el polo G, derecha e izquierda, y rompe el sello de hielo".
"Đẩy mạnh cần lái, cả bên phải và bên trái, để phá vỡ lớp băng phủ."

Se hizo un tercer intento, esta vez siguiendo la sugerencia del hombre.
Lần thứ thứ ba được thực hiện, lần này theo gợi ý của người đàn ông.

Hal balanceó el trineo de un lado a otro, soltando los patines.
Hal lắc chiếc xe trượt tuyết từ bên này sang bên kia, khiến cho các thanh trượt bị lỏng ra.

El trineo, aunque sobrecargado y torpe, finalmente avanzó con dificultad.
Chiếc xe trượt tuyết, mặc dù quá tải và cồng kềnh, cuối cùng cũng tiến về phía trước.
Buck y los demás tiraron salvajemente, impulsados por una tormenta de latigazos.
Buck và những người khác kéo một cách điên cuồng, bị thúc đẩy bởi một cơn bão roi quất.
Cien metros más adelante, el sendero se curvaba y descendía hacia la calle.
Khoảng một trăm thước phía trước, con đường mòn cong và dốc vào trong phố.
Se hubiera necesitado un conductor habilidoso para mantener el trineo en posición vertical.
Phải là một người lái xe có tay nghề cao mới có thể giữ cho chiếc xe trượt tuyết thẳng đứng.
Hal no era hábil y el trineo se volcó al girar en la curva.
Hal không có kỹ năng nên chiếc xe trượt tuyết bị nghiêng khi rẽ vào khúc cua.
Las ataduras sueltas cedieron y la mitad de la carga se derramó sobre la nieve.
Những dây buộc lỏng lẻo bị bung ra và một nửa hàng hóa đổ xuống tuyết.
Los perros no se detuvieron; el trineo, más ligero, siguió volando de lado.
Những con chó không dừng lại; chiếc xe trượt tuyết nhẹ hơn vẫn bay nghiêng về một bên.
Enojados por el abuso y la pesada carga, los perros corrieron más rápido.
Tức giận vì bị ngược đãi và gánh nặng, những chú chó chạy nhanh hơn.
Buck, furioso, echó a correr, con el equipo siguiéndolo detrás.
Buck, trong cơn giận dữ, đã chạy trốn, với cả đội chạy theo phía sau.
Hal gritó "¡Guau! ¡Guau!", pero el equipo no le hizo caso.

Hal hét lên "Whoa! Whoa!" nhưng cả đội không hề chú ý đến anh.

Tropezó, cayó y fue arrastrado por el suelo por el arnés.

Anh ta vấp ngã và bị kéo lê trên mặt đất bằng dây cương.

El trineo volcado saltó sobre él mientras los perros corrían delante.

Chiếc xe trượt tuyết bị lật đè lên người anh ta trong khi đàn chó chạy về phía trước.

El resto de los suministros se dispersaron por la concurrida calle de Skaguay.

Phần hàng tiếp tế còn lại nằm rải rác trên khắp phố đông đúc của Skaguay.

La gente bondadosa se apresuró a detener a los perros y recoger el equipo.

Những người tốt bụng đã chạy đến ngăn cản đàn chó và thu gom đồ đạc.

También dieron consejos, contundentes y prácticos, a los nuevos viajeros.

Họ cũng đưa ra lời khuyên thẳng thắn và thực tế cho những du khách mới.

"Si quieres llegar a Dawson, lleva la mitad de la carga y el doble de perros".

"Nếu muốn đến Dawson, hãy mang một nửa tải trọng và tăng gấp đôi số chó."

Hal, Charles y Mercedes escucharon, aunque no con entusiasmo.

Hal, Charles và Mercedes lắng nghe, mặc dù không mấy nhiệt tình.

Instalaron su tienda de campaña y comenzaron a clasificar sus suministros.

Họ dựng lều và bắt đầu phân loại đồ dùng của mình.

Salieron alimentos enlatados, lo que hizo reír a carcajadas a los espectadores.

Đồ hộp được mang ra khiến những người chứng kiến bật cười.

"¿Enlatado en el camino? Te morirás de hambre antes de que se derrita", dijo uno.

"Đồ hộp trên đường đi à? Bạn sẽ chết đói trước khi nó tan chảy", một người nói.

¿Mantas de hotel? Mejor tíralas todas.

"Chăn khách sạn ư? Tốt hơn là bạn nên vứt hết chúng đi."

"Si también deshazte de la tienda de campaña, aquí nadie lava los platos".

"Cũng bỏ lều đi, ở đây không có ai rửa bát đâu."

¿Crees que estás viajando en un tren Pullman con sirvientes a bordo?

"Anh nghĩ anh đang đi tàu Pullman với người hầu trên tàu à?"

El proceso comenzó: todos los objetos inútiles fueron arrojados a un lado.

Quá trình bắt đầu—mọi vật dụng vô dụng đều bị ném sang một bên.

Mercedes lloró cuando sus maletas fueron vaciadas en el suelo nevado.

Mercedes khóc khi những chiếc túi của cô bị đổ xuống nền đất đầy tuyết.

Ella sollozaba por cada objeto que tiraba, uno por uno, sin pausa.

Cô nức nở không ngừng nghỉ khi nhìn thấy từng món đồ bị ném ra ngoài.

Ella juró no dar un paso más, ni siquiera por diez Charleses.

Cô thề sẽ không bước thêm một bước nào nữa, thậm chí là mười Charles.

Ella le rogó a cada persona cercana que le permitiera conservar sus cosas preciosas.

Cô ấy cầu xin mọi người xung quanh hãy để cô ấy giữ lại những đồ vật quý giá của mình.

Por último, se secó los ojos y comenzó a arrojar incluso la ropa más importante.

Cuối cùng, cô lau mắt và bắt đầu vứt bỏ cả những bộ quần áo quan trọng.

Cuando terminó con los suyos, comenzó a vaciar los suministros de los hombres.

Khi đã xong việc của mình, cô bắt đầu đổ đồ dùng của nam giới.
Como un torbellino, destrozó las pertenencias de Charles y Hal.
Như một cơn lốc, cô xé toạc đồ đạc của Charles và Hal.
Aunque la carga se redujo a la mitad, todavía era mucho más pesada de lo necesario.
Mặc dù tải trọng đã giảm đi một nửa nhưng vẫn nặng hơn mức cần thiết.
Esa noche, Charles y Hal salieron y compraron seis perros nuevos.
Đêm đó, Charles và Hal ra ngoài và mua sáu con chó mới.
Estos nuevos perros se unieron a los seis originales, además de Teek y Koona.
Những chú chó mới này đã gia nhập cùng sáu chú chó ban đầu, cộng thêm Teek và Koona.
Juntos formaron un equipo de catorce perros enganchados al trineo.
Họ cùng nhau tạo thành một đội gồm mười bốn con chó được buộc vào xe trượt tuyết.
Pero los nuevos perros no eran aptos y estaban mal entrenados para el trabajo con trineos.
Nhưng những chú chó mới này không đủ sức khỏe và chưa được huấn luyện tốt để kéo xe trượt tuyết.
Tres de los perros eran pointers de pelo corto y uno era un Terranova.
Ba trong số những con chó này là chó săn lông ngắn và một con là chó Newfoundland.
Los dos últimos perros eran mestizos, sin ninguna raza ni propósito claros.
Hai con chó cuối cùng là chó lai không có giống rõ ràng hoặc mục đích gì cả.
No entendieron el camino y no lo aprendieron rápidamente.
Họ không hiểu đường mòn và cũng không học được nhanh chóng.
Buck y sus compañeros los miraron con desprecio y profunda irritación.

Buck và đồng bọn của nó nhìn họ với vẻ khinh thường và bực tức sâu sắc.

Aunque Buck les enseñó lo que no debían hacer, no podía enseñarles cuál era el deber.

Mặc dù Buck dạy họ những điều không nên làm, nhưng ông không thể dạy họ về bổn phận.

No se adaptaron bien a la vida en senderos ni al tirón de las riendas y los trineos.

Họ không thích nghi tốt với cuộc sống trên đường mòn hoặc với sức kéo của dây cương và xe trượt tuyết.

Sólo los mestizos intentaron adaptarse, e incluso a ellos les faltó espíritu de lucha.

Chỉ có những con lai mới cố gắng thích nghi, và ngay cả chúng cũng thiếu tinh thần chiến đấu.

Los demás perros estaban confundidos, debilitados y destrozados por su nueva vida.

Những con chó khác đều bối rối, yếu đuối và suy sụp trước cuộc sống mới.

Con los nuevos perros desorientados y los viejos exhaustos, la esperanza era escasa.

Với những chú chó mới không biết gì và những chú chó cũ thì kiệt sức, hy vọng trở nên mong manh.

El equipo de Buck había recorrido dos mil quinientas millas de senderos difíciles.

Đội của Buck đã vượt qua hai ngàn năm trăm dặm đường mòn hiểm trở.

Aún así, los dos hombres estaban alegres y orgullosos de su gran equipo de perros.

Tuy nhiên, hai người đàn ông vẫn vui vẻ và tự hào về đội chó lớn của mình.

Creían que viajaban con estilo, con catorce perros enganchados.

Họ nghĩ rằng họ đang đi du lịch theo phong cách riêng với mười bốn con chó được buộc vào.

Habían visto trineos partir hacia Dawson y otros llegar desde allí.

Họ đã thấy những chiếc xe trượt tuyết rời đi Dawson, và những chiếc khác cũng đến từ đó.

Pero nunca habían visto uno tirado por tantos catorce perros.

Nhưng họ chưa bao giờ thấy một con ngựa nào được kéo bởi tới mười bốn con chó.

Había una razón por la que equipos como ese eran raros en el desierto del Ártico.

Có lý do khiến những đội như vậy rất hiếm ở vùng hoang dã Bắc Cực.

Ningún trineo podría transportar suficiente comida para alimentar a catorce perros durante el viaje.

Không có xe trượt tuyết nào có thể chở đủ thức ăn cho mười bốn con chó trong suốt chuyến đi.

Pero Charles y Hal no lo sabían: habían hecho los cálculos.

Nhưng Charles và Hal không biết điều đó—họ đã tính toán.

Planificaron la comida: tanta cantidad por perro, tantos días, y listo.

Họ vạch ra kế hoạch thức ăn: mỗi con chó được cho bao nhiêu, trong bao nhiêu ngày, xong.

Mercedes miró sus figuras y asintió como si tuviera sentido.

Mercedes nhìn vào số liệu của họ và gật đầu như thể điều đó có lý.

Todo le parecía muy sencillo, al menos en el papel.

Với cô, mọi chuyện có vẻ rất đơn giản, ít nhất là trên lý thuyết.

A la mañana siguiente, Buck guió al equipo lentamente por la calle nevada.

Sáng hôm sau, Buck dẫn cả đội đi chậm rãi trên con phố phủ đầy tuyết.

No había energía ni espíritu en él ni en los perros detrás de él.

Không có chút năng lượng hay tinh thần nào ở anh ta hay những con chó phía sau anh ta.

Estaban muertos de cansancio desde el principio: no les quedaban reservas.

Họ đã mệt mỏi ngay từ đầu—không còn sức lực dự trữ nữa.

Buck ya había hecho cuatro viajes entre Salt Water y Dawson.
Buck đã thực hiện bốn chuyến đi giữa Salt Water và Dawson.
Ahora, enfrentado nuevamente el mismo desafío, no sentía nada más que amargura.
Bây giờ, khi phải đối mặt với con đường tương tự một lần nữa, anh chỉ cảm thấy cay đắng.
Su corazón no estaba en ello, ni tampoco el corazón de los otros perros.
Trái tim của ông không ở trong đó, và trái tim của những con chó khác cũng vậy.
Los nuevos perros eran tímidos y los huskies carecían de confianza.
Những chú chó mới thì nhút nhát, còn những chú chó husky thì không hề tin tưởng.
Buck sintió que no podía confiar en estos dos hombres ni en su hermana.
Buck cảm thấy mình không thể tin tưởng vào hai người đàn ông này hoặc chị gái của họ.
No sabían nada y no mostraron señales de aprender en el camino.
Họ không biết gì cả và cũng không có dấu hiệu học hỏi gì trên đường đi.
Estaban desorganizados y carecían de cualquier sentido de disciplina.
Họ thiếu tổ chức và thiếu tinh thần kỷ luật.
Les tomó media noche montar un campamento descuidado cada vez.
Mỗi lần họ phải mất nửa đêm mới dựng được một trại tạm bợ.
Y la mitad de la mañana siguiente la pasaron otra vez jugueteando con el trineo.
Và nửa buổi sáng hôm sau họ lại loay hoay với chiếc xe trượt tuyết.
Al mediodía, a menudo se detenían simplemente para arreglar la carga desigual.
Đến trưa, họ thường dừng lại chỉ để sửa lại tình trạng hàng hóa không đều.

Algunos días, viajaron menos de diez millas en total.
Có những ngày, tổng quãng đường họ đi chỉ chưa tới mười dặm.
Otros días ni siquiera conseguían salir del campamento.
Những ngày khác, họ không thể rời khỏi trại được.
Nunca llegaron a cubrir la distancia alimentaria planificada.
Họ không bao giờ đạt được gần đến khoảng cách dự định để mua thực phẩm.
Como era de esperar, muy rápidamente se quedaron sin comida para los perros.
Đúng như dự đoán, họ nhanh chóng hết thức ăn cho chó.
Empeoró las cosas sobrealimentándolos en los primeros días.
Họ làm cho vấn đề trở nên tồi tệ hơn bằng cách cho ăn quá nhiều trong những ngày đầu.
Esto acercaba la hambruna con cada ración descuidada.
Điều này khiến nạn đói ngày càng đến gần hơn với mỗi khẩu phần ăn thiếu cẩn thận.
Los nuevos perros no habían aprendido a sobrevivir con muy poco.
Những chú chó mới chưa học được cách sống sót với rất ít thức ăn.
Comieron con hambre, con apetitos demasiado grandes para el camino.
Họ ăn một cách đói bụng, với một cái bụng quá lớn so với đường đi.
Al ver que los perros se debilitaban, Hal creyó que la comida no era suficiente.
Khi thấy đàn chó yếu đi, Hal tin rằng thức ăn không đủ.
Duplicó las raciones, empeorando aún más el error.
Ông đã tăng gấp đôi khẩu phần ăn, khiến cho sai lầm càng trở nên tồi tệ hơn.
Mercedes añadió más problemas con lágrimas y suaves súplicas.
Mercedes làm vấn đề trở nên trầm trọng hơn bằng những giọt nước mắt và lời cầu xin yếu ớt.

Cuando no pudo convencer a Hal, alimentó a los perros en secreto.
Khi không thể thuyết phục Hal, cô đã bí mật cho chó ăn.
Ella robó de los sacos de pescado y se lo dio a sus espaldas.
Cô ấy lấy trộm cá trong túi đựng cá và đưa cho họ sau lưng anh ta.
Pero lo que los perros realmente necesitaban no era más comida: era descanso.
Nhưng thứ mà những chú chó thực sự cần không phải là thức ăn mà là sự nghỉ ngơi.
Iban a poca velocidad, pero el pesado trineo aún seguía avanzando.
Họ đi chậm hơn, nhưng chiếc xe trượt tuyết nặng vẫn kéo lê được.
Ese peso solo les quitaba las fuerzas que les quedaban cada día.
Chỉ riêng sức nặng đó đã làm cạn kiệt sức lực còn lại của họ mỗi ngày.
Luego vino la etapa de desalimentación ya que los suministros escasearon.
Sau đó đến giai đoạn thiếu thức ăn vì nguồn cung cấp cạn kiệt.
Una mañana, Hal se dio cuenta de que la mitad de la comida para perros ya había desaparecido.
Một buổi sáng, Hal nhận ra rằng một nửa số thức ăn cho chó đã hết.
Sólo habían recorrido una cuarta parte de la distancia total del recorrido.
Họ chỉ đi được một phần tư tổng quãng đường.
No se podía comprar más comida por ningún precio que se ofreciera.
Không thể mua thêm thức ăn nữa, bất kể trả giá thế nào.
Redujo las raciones de los perros por debajo de la ración diaria estándar.
Ông đã giảm khẩu phần ăn của chó xuống dưới mức tiêu chuẩn hàng ngày.

Al mismo tiempo, exigió viajes más largos para compensar las pérdidas.
Đồng thời, ông yêu cầu phải đi xa hơn để bù đắp cho sự mất mát.
Mercedes y Carlos apoyaron este plan, pero fracasaron en su ejecución.
Mercedes và Charles ủng hộ kế hoạch này nhưng không thực hiện được.
Su pesado trineo y su falta de habilidad hicieron que el avance fuera casi imposible.
Chiếc xe trượt tuyết nặng và thiếu kỹ năng khiến họ gần như không thể di chuyển được.
Era fácil dar menos comida, pero imposible forzar más esfuerzo.
Thật dễ dàng để cho ít thức ăn hơn, nhưng không thể ép buộc nhiều nỗ lực hơn.
No podían salir temprano ni tampoco viajar horas extras.
Họ không thể bắt đầu sớm và cũng không thể di chuyển thêm nhiều giờ.
No sabían cómo trabajar con los perros, ni tampoco ellos mismos.
Họ không biết cách huấn luyện những chú chó, cũng như chính bản thân họ.
El primer perro que murió fue Dub, el desafortunado pero trabajador ladrón.
Con chó đầu tiên chết là Dub, một tên trộm xui xẻo nhưng chăm chỉ.
Aunque a menudo lo castigaban, Dub había hecho su parte sin quejarse.
Mặc dù thường xuyên bị phạt, Dub vẫn hoàn thành nhiệm vụ của mình mà không phàn nàn.
Su hombro lesionado empeoró sin cuidados ni necesidad de descanso.
Vai bị thương của anh ngày càng nặng hơn nếu không được chăm sóc hoặc nghỉ ngơi.
Finalmente, Hal usó el revólver para acabar con el sufrimiento de Dub.

Cuối cùng, Hal dùng súng lục để kết thúc sự đau khổ của Dub.

Un dicho común afirma que los perros normales mueren con raciones para perros esquimales.

Có một câu nói phổ biến rằng những con chó bình thường sẽ chết nếu ăn khẩu phần của chó husky.

Los seis nuevos compañeros de Buck tenían sólo la mitad de la porción de comida del husky.

Sáu người bạn đồng hành mới của Buck chỉ có một nửa lượng thức ăn của loài husky.

Primero murió el Terranova y después los tres bracos de pelo corto.

Con chó Newfoundland chết đầu tiên, sau đó là ba con chó săn lông ngắn.

Los dos mestizos resistieron más tiempo pero finalmente perecieron como el resto.

Hai con chó lai này cố gắng chống cự lâu hơn nhưng cuối cùng cũng chết như những con khác.

Para entonces, todas las comodidades y la dulzura de Southland habían desaparecido.

Vào thời điểm này, mọi tiện nghi và sự dịu dàng của miền Nam đã không còn nữa.

Las tres personas habían perdido los últimos vestigios de su educación civilizada.

Ba người này đã xóa bỏ những dấu vết cuối cùng của nền giáo dục văn minh.

Despojado de glamour y romance, el viaje al Ártico se volvió brutalmente real.

Không còn sự quyến rũ và lãng mạn, du lịch Bắc Cực trở nên thực tế đến tàn khốc.

Era una realidad demasiado dura para su sentido de masculinidad y feminidad.

Đó là một thực tế quá khắc nghiệt đối với nhận thức của họ về nam tính và nữ tính.

Mercedes ya no lloraba por los perros, ahora lloraba sólo por ella misma.

Mercedes không còn khóc cho những chú chó nữa mà giờ đây chỉ khóc cho chính mình.

Pasó su tiempo llorando y peleando con Hal y Charles.

Bà dành thời gian để khóc lóc và cãi vã với Hal và Charles.

Pelear era lo único que nunca estaban demasiado cansados para hacer.

Cãi nhau là điều duy nhất mà họ không bao giờ cảm thấy quá mệt mỏi.

Su irritabilidad surgió de la miseria, creció con ella y la superó.

Sự cáu kỉnh của họ xuất phát từ nỗi đau khổ, lớn lên cùng nỗi đau khổ và vượt qua nó.

La paciencia del camino, conocida por quienes trabajan y sufren con bondad, nunca llegó.

Sự kiên nhẫn của chặng đường, vốn chỉ dành cho những ai lao động và chịu đựng một cách tử tế, không bao giờ đến.

Esa paciencia que conserva dulce la palabra a pesar del dolor les era desconocida.

Sự kiên nhẫn đó, giúp lời nói ngọt ngào hơn qua nỗi đau, là điều họ không hề biết đến.

No tenían ni un ápice de paciencia ni la fuerza que suponía sufrir con gracia.

Họ không hề có chút kiên nhẫn nào, không hề có sức mạnh nào được rút ra từ sự đau khổ một cách thanh thản.

Estaban rígidos por el dolor: les dolían los músculos, los huesos y el corazón.

Họ cứng đờ vì đau đớn—đau nhức ở cơ, xương và tim.

Por eso se volvieron afilados de lengua y rápidos para usar palabras ásperas.

Vì thế, họ trở nên cay nghiệt và nhanh miệng nói những lời cay nghiệt.

Cada día comenzaba y terminaba con voces enojadas y amargas quejas.

Mỗi ngày bắt đầu và kết thúc bằng những giọng nói giận dữ và lời phàn nàn cay đắng.

Charles y Hal discutían cada vez que Mercedes les daba una oportunidad.

Charles và Hal cãi nhau mỗi khi Mercedes cho họ cơ hội.
Cada hombre creía que hacía más de lo que le correspondía en el trabajo.
Mỗi người đều tin rằng mình đã làm nhiều hơn phần việc được giao.
Ninguno de los dos perdió la oportunidad de decirlo una y otra vez.
Không ai trong số họ từng bỏ lỡ cơ hội để nói điều đó, hết lần này đến lần khác.
A veces Mercedes se ponía del lado de Charles, a veces del lado de Hal.
Đôi khi Mercedes đứng về phía Charles, đôi khi lại đứng về phía Hal.
Esto dio lugar a una gran e interminable disputa entre los tres.
Điều này dẫn đến một cuộc cãi vã lớn và không hồi kết giữa ba người.
Una disputa sobre quién debería cortar leña se salió de control.
Một cuộc tranh cãi về việc ai nên chặt củi đã trở nên mất kiểm soát.
Pronto se nombraron padres, madres, primos y parientes muertos.
Chẳng bao lâu sau, tên của cha, mẹ, anh chị em họ và người thân đã khuất cũng được nêu tên.
Las opiniones de Hal sobre el arte o las obras de su tío se convirtieron en parte de la pelea.
Quan điểm của Hal về nghệ thuật hoặc các vở kịch của chú anh đã trở thành một phần của cuộc chiến.
Las creencias políticas de Charles también entraron en el debate.
Quan điểm chính trị của Charles cũng được đưa vào cuộc tranh luận.
Para Mercedes, incluso los chismes de la hermana de su marido parecían relevantes.
Với Mercedes, ngay cả lời đồn đại của chị chồng cô cũng có vẻ liên quan.

Ella expresó sus opiniones sobre eso y sobre muchos de los defectos de la familia de Charles.
Bà đã nêu ý kiến về vấn đề đó và về nhiều khuyết điểm của gia đình Charles.
Mientras discutían, el fuego permaneció apagado y el campamento medio montado.
Trong lúc họ cãi nhau, lửa vẫn không được nhóm và trại vẫn chưa dựng xong.
Mientras tanto, los perros permanecieron fríos y sin comida.
Trong khi đó, những chú chó vẫn lạnh và không có thức ăn.
Mercedes tenía un motivo de queja que consideraba profundamente personal.
Mercedes có một nỗi bất bình mà bà coi là vô cùng riêng tư.
Se sintió maltratada como mujer, negándole sus privilegios de gentileza.
Bà cảm thấy mình bị đối xử tệ bạc với tư cách là một người phụ nữ, bị tước mất những quyền lợi tốt đẹp của mình.
Ella era bonita y dulce, y acostumbrada a la caballerosidad toda su vida.
Cô ấy xinh đẹp, dịu dàng và đã quen với phong cách hiệp sĩ suốt cuộc đời mình.
Pero su marido y su hermano ahora la trataban con impaciencia.
Nhưng chồng và anh trai bà bây giờ lại đối xử với bà một cách thiếu kiên nhẫn.
Su costumbre era actuar con impotencia y comenzaron a quejarse.
Thói quen của cô là tỏ ra bất lực, và họ bắt đầu phàn nàn.
Ofendida por esto, les hizo la vida aún más difícil.
Cảm thấy bị xúc phạm vì điều này, cô đã làm cho cuộc sống của họ trở nên khó khăn hơn.
Ella ignoró a los perros e insistió en montar ella misma el trineo.
Cô ấy không quan tâm đến những con chó và khăng khăng đòi tự mình cưỡi xe trượt tuyết.
Aunque parecía ligera de aspecto, pesaba ciento veinte libras.

Mặc dù trông có vẻ nhẹ nhàng, nhưng cô ấy nặng tới một trăm hai mươi pound.

Esa carga adicional era demasiado para los perros hambrientos y débiles.

Gánh nặng đó quá sức chịu đựng của những chú chó yếu ớt, đói khát.

Aún así, ella cabalgó durante días, hasta que los perros se desplomaron en las riendas.

Tuy nhiên, bà vẫn cưỡi ngựa trong nhiều ngày, cho đến khi những con chó gục ngã trong dây cương.

El trineo se detuvo y Charles y Hal le rogaron que caminara.

Chiếc xe trượt tuyết dừng lại, Charles và Hal nài nỉ cô đi bộ.

Ellos suplicaron y rogaron, pero ella lloró y los llamó crueles.

Họ cầu xin và van xin, nhưng bà khóc lóc và gọi họ là tàn nhẫn.

En una ocasión la sacaron del trineo con pura fuerza y enojo.

Có lần, họ kéo cô ra khỏi xe trượt tuyết bằng sức mạnh và sự tức giận.

Nunca volvieron a intentarlo después de lo que pasó aquella vez.

Họ không bao giờ thử lại sau những gì đã xảy ra lần đó.

Ella se quedó flácida como un niño mimado y se sentó en la nieve.

Cô ấy mềm nhũn như một đứa trẻ hư và ngồi trên tuyết.

Ellos siguieron adelante, pero ella se negó a levantarse o seguirlos.

Họ bước tiếp, nhưng cô ấy từ chối đứng dậy hoặc đi theo sau.

Después de tres millas, se detuvieron, regresaron y la llevaron de regreso.

Sau ba dặm, họ dừng lại, quay lại và cõng cô bé về.

La volvieron a cargar en el trineo, nuevamente usando la fuerza bruta.

Họ lại dùng sức mạnh thô bạo để chất cô lên xe trượt tuyết.

En su profunda miseria, fueron insensibles al sufrimiento de los perros.

Trong nỗi đau khổ tột cùng, họ vô cảm trước nỗi đau khổ của những chú chó.

Hal creía que uno debía endurecerse y forzar esa creencia a los demás.

Hal tin rằng người ta phải trở nên cứng rắn hơn và áp đặt niềm tin đó lên người khác.

Primero intentó predicar su filosofía a su hermana.

Đầu tiên ông cố gắng truyền bá triết lý của mình cho chị gái mình

y luego, sin éxito, le predicó a su cuñado.

và sau đó, không thành công, ông đã thuyết giảng cho anh rể của mình.

Tuvo más éxito con los perros, pero sólo porque los lastimaba.

Ông thành công hơn với những con chó, nhưng chỉ vì ông làm chúng bị thương.

En Five Fingers, la comida para perros se quedó completamente sin comida.

Ở Five Fingers, thức ăn cho chó đã hết sạch.

Una vieja india desdentada vendió unas cuantas libras de cuero de caballo congelado

Một bà già không răng đã bán một vài pound da ngựa đông lạnh

Hal cambió su revólver por la piel de caballo seca.

Hal đổi khẩu súng lục của mình để lấy tấm da ngựa khô.

La carne había procedido de caballos hambrientos de ganaderos meses antes.

Thịt này được lấy từ những con ngựa đói của người chăn nuôi từ nhiều tháng trước.

Congelada, la piel era como hierro galvanizado: dura y incomestible.

Khi bị đông lạnh, lớp da trông giống như sắt mạ kẽm; dai và không thể ăn được.

Los perros tenían que masticar sin parar la piel para poder comérsela.

Những con chó phải nhai liên tục tấm da để ăn nó.

Pero las cuerdas correosas y el pelo corto no constituían apenas alimento.
Nhưng những sợi dây da và lông ngắn này khó có thể là nguồn dinh dưỡng.
La mayor parte de la piel era irritante y no era alimento en ningún sentido estricto.
Hầu hết lớp da đều gây khó chịu và không thực sự là thức ăn.
Y durante todo ese tiempo, Buck se tambaleaba al frente, como en una pesadilla.
Và trong suốt chuyến đi, Buck loạng choạng đi về phía trước, như thể đang trong cơn ác mộng.
Tiraba cuando podía, y cuando no, se quedaba tendido hasta que un látigo o un garrote lo levantaban.
Anh ta kéo khi có thể; khi không thể, anh ta nằm cho đến khi bị roi hoặc dùi cui đánh thức.
Su fino y brillante pelaje había perdido toda la rigidez y brillo que alguna vez tuvo.
Bộ lông bóng mượt, mịn màng của nó đã mất đi độ cứng và bóng như trước.
Su cabello colgaba lacio, enmarañado y cubierto de sangre seca por los golpes.
Tóc anh ta rũ xuống, bết lại và dính đầy máu khô từ những cú đánh.
Sus músculos se encogieron hasta convertirse en cuerdas y sus almohadillas de carne estaban todas desgastadas.
Cơ bắp của ông co lại thành từng sợi, và các miếng thịt đều bị mòn đi.
Cada costilla, cada hueso se veía claramente a través de los pliegues de la piel arrugada.
Từng chiếc xương sườn, từng chiếc xương hiện rõ qua những nếp da nhăn nheo.
Fue desgarrador, pero el corazón de Buck no podía romperse.
Thật đau lòng, nhưng trái tim Buck không thể tan vỡ.
El hombre del suéter rojo lo había probado y demostrado hacía mucho tiempo.

Người đàn ông mặc áo len đỏ đã thử nghiệm và chứng minh điều đó từ lâu rồi.

Tal como sucedió con Buck, sucedió con el resto de sus compañeros de equipo.

Giống như Buck, tất cả đồng đội còn lại của anh cũng vậy.

Eran siete en total, cada uno de ellos un esqueleto andante de miseria.

Tổng cộng có bảy người, mỗi người là một bộ xương biết đi đầy đau khổ.

Se habían vuelto insensibles a los latigazos y solo sentían un dolor distante.

Họ đã trở nên tê liệt, chỉ cảm thấy nỗi đau ở xa.

Incluso la vista y el sonido les llegaban débilmente, como a través de una espesa niebla.

Ngay cả hình ảnh và âm thanh cũng chỉ đến được với họ một cách mờ nhạt, như qua một màn sương mù dày đặc.

No estaban ni medio vivos: eran huesos con tenues chispas en su interior.

Họ không còn sống nữa—họ chỉ còn là những bộ xương với những tia lửa mờ nhạt bên trong.

Al detenerse, se desplomaron como cadáveres y sus chispas casi desaparecieron.

Khi dừng lại, chúng ngã gục như xác chết, tia lửa gần như biến mất.

Y cuando el látigo o el garrote volvían a golpear, las chispas revoloteaban débilmente.

Và khi roi hay dùi cui đánh lại, những tia lửa yếu ớt rung lên.

Entonces se levantaron, se tambalearon hacia adelante y arrastraron sus extremidades hacia delante.

Sau đó, họ đứng dậy, loạng choạng tiến về phía trước và lê chân tay về phía trước.

Un día el amable Billee se cayó y ya no pudo levantarse.

Một ngày nọ, Billee tốt bụng bị ngã và không thể tự đứng dậy được nữa.

Hal había cambiado su revólver, por lo que utilizó un hacha para matar a Billee.

Hal đã đối khẩu súng lục của mình, vì vậy anh ta dùng rìu để giết Billee.

Lo golpeó en la cabeza, luego le cortó el cuerpo y se lo llevó arrastrado.

Anh ta đánh vào đầu anh ta, sau đó cắt cơ thể anh ta ra và kéo đi.

Buck vio esto, y también los demás; sabían que la muerte estaba cerca.

Buck nhìn thấy điều này, và những người khác cũng vậy; họ biết cái chết đã gần kề.

Al día siguiente Koona se fue, dejando sólo cinco perros en el equipo hambriento.

Ngày hôm sau Koona ra đi, chỉ còn lại năm chú chó trong đội đang đói khát.

Joe, que ya no era malo, estaba demasiado perdido como para darse cuenta de gran cosa.

Joe, không còn xấu tính nữa, đã đi quá xa và không còn nhận thức được nhiều điều nữa.

Pike, que ya no fingía su lesión, estaba apenas consciente.

Pike không còn giả vờ bị thương nữa và gần như đã tỉnh lại.

Solleks, todavía fiel, lamentó no tener fuerzas para dar.

Solleks, vẫn trung thành, than khóc vì không còn sức lực để cống hiến.

Teek fue el que más perdió porque estaba más fresco, pero su rendimiento se estaba agotando rápidamente.

Teek bị đánh bại chủ yếu vì anh ta tươi tắn hơn nhưng lại yếu đi rất nhanh.

Y Buck, todavía a la cabeza, ya no mantenía el orden ni lo hacía cumplir.

Và Buck, vẫn dẫn đầu, không còn giữ trật tự hoặc thực thi trật tự nữa.

Medio ciego por la debilidad, Buck siguió el rastro sólo por el tacto.

Nửa mù nửa tỉnh vì yếu, Buck lần theo dấu vết chỉ bằng cảm giác.

Era un hermoso clima primaveral, pero ninguno de ellos lo notó.

Thời tiết mùa xuân rất đẹp, nhưng không ai để ý đến điều đó.
Cada día el sol salía más temprano y se ponía más tarde que el anterior.
Mỗi ngày, mặt trời mọc sớm hơn và lặn muộn hơn.
A las tres de la mañana ya había amanecido; el crepúsculo duró hasta las nueve.
Đến ba giờ sáng, bình minh đã tới; hoàng hôn kéo dài đến chín giờ.
Los largos días estuvieron llenos del resplandor del sol primaveral.
Những ngày dài tràn ngập ánh nắng rực rỡ của mùa xuân.
El silencio fantasmal del invierno se había transformado en un cálido murmullo.
Sự im lặng ma quái của mùa đông đã chuyển thành tiếng thì thầm ấm áp.
Toda la tierra estaba despertando, viva con la alegría de los seres vivos.
Cả vùng đất như thức giấc, tràn đầy niềm vui của sự sống.
El sonido provenía de lo que había permanecido muerto e inmóvil durante el invierno.
Âm thanh đó phát ra từ thứ gì đó đã chết và bất động suốt mùa đông.
Ahora, esas cosas se movieron nuevamente, sacudiéndose el largo sueño helado.
Bây giờ, những thứ đó lại chuyển động, rũ bỏ giấc ngủ dài trong sương giá.
La savia subía a través de los oscuros troncos de los pinos que esperaban.
Nhựa cây đang trào ra qua những thân cây thông sẫm màu đang chờ đợi.
Los sauces y los álamos brotan brillantes y jóvenes brotes en cada ramita.
Cây liễu và cây dương nảy ra những nụ non tươi sáng trên mỗi cành.
Los arbustos y las enredaderas se vistieron de un verde fresco a medida que el bosque cobraba vida.

Cây bụi và dây leo khoác lên mình màu xanh tươi khi khu rừng trở nên sống động.

Los grillos cantaban por la noche y los insectos se arrastraban bajo el sol del día.

Tiếng dế kêu vào ban đêm và côn trùng bò dưới ánh nắng ban ngày.

Las perdices graznaban y los pájaros carpinteros picoteaban en lo profundo de los árboles.

Chim gáy vang, và chim gõ kiến gõ sâu vào trong các thân cây.

Las ardillas parloteaban, los pájaros cantaban y los gansos graznaban al hablarles a los perros.

Sóc kêu ríu rít, chim hót líu lo và ngỗng kêu át tiếng chó.

Las aves silvestres llegaron en grupos afilados, volando desde el sur.

Các loài chim hoang dã bay đến theo từng đàn sắc nhọn từ phía nam.

De cada ladera llegaba la música de arroyos ocultos y caudalosos.

Từ mỗi sườn đồi vọng đến âm thanh của những dòng suối chảy xiết ẩn hiện.

Todas las cosas se descongelaron y se rompieron, se doblaron y volvieron a ponerse en movimiento.

Mọi thứ tan ra và vỡ ra, cong lại và chuyển động trở lại.

El Yukón se esforzó por romper las frías cadenas del hielo congelado.

Dòng sông Yukon cố gắng phá vỡ những chuỗi băng giá lạnh giá.

El hielo se derritió desde abajo, mientras que el sol lo derritió desde arriba.

Băng tan bên dưới, trong khi mặt trời làm tan băng từ phía trên.

Se abrieron agujeros de aire, se abrieron grietas y algunos trozos cayeron al río.

Các lỗ thông hơi mở ra, các vết nứt lan rộng và những khối đá rơi xuống sông.

En medio de toda esta vida frenética y llameante, los viajeros se tambaleaban.
Giữa cuộc sống sôi động và náo nhiệt này, những lữ khách đều lảo đảo.
Dos hombres, una mujer y una jauría de perros esquimales caminaban como muertos.
Hai người đàn ông, một người phụ nữ và một đàn chó husky đi như chết.
Los perros caían, Mercedes lloraba, pero seguía montando el trineo.
Những con chó ngã xuống, Mercedes khóc, nhưng vẫn tiếp tục cưỡi xe trượt tuyết.
Hal maldijo débilmente y Charles parpadeó con los ojos llorosos.
Hal yếu ớt chửi thề, còn Charles chớp mắt với đôi mắt đẫm lệ.
Se toparon con el campamento de John Thornton junto a la desembocadura del río Blanco.
Họ tình cờ đi vào trại của John Thornton ở cửa sông White.
Cuando se detuvieron, los perros cayeron al suelo, como si todos hubieran muerto.
Khi họ dừng lại, những con chó nằm rạp xuống, như thể tất cả đều chết hết.
Mercedes se secó las lágrimas y miró a John Thornton.
Mercedes lau nước mắt và nhìn sang John Thornton.
Charles se sentó en un tronco, lenta y rígidamente, dolorido por el camino.
Charles ngồi trên một khúc gỗ, chậm rãi và cứng đờ, đau nhức vì đường dài.
Hal habló mientras Thornton tallaba el extremo del mango de un hacha.
Hal vừa nói vừa dùng tay khoét một đầu cán rìu.
Él tallaba madera de abedul y respondía con respuestas breves y firmes.
Ông đẽo gỗ bạch dương và trả lời bằng những câu trả lời ngắn gọn nhưng chắc chắn.
Cuando se le preguntó, dio consejos, seguro de que no serían seguidos.

Khi được hỏi, ông đã đưa ra lời khuyên, nhưng chắc chắn rằng lời khuyên đó sẽ không được thực hiện.

Hal explicó: "Nos dijeron que el hielo del sendero se estaba desprendiendo".

Hal giải thích, "Họ nói với chúng tôi rằng băng tuyết đang tan dần."

Dijeron que nos quedáramos allí, pero llegamos a White River.

"Họ bảo chúng tôi nên ở lại—nhưng chúng tôi đã đến White River."

Terminó con un tono burlón, como para proclamar la victoria en medio de las dificultades.

Ông ta kết thúc bằng giọng điệu khinh thường, như thể đang tuyên bố chiến thắng trong khó khăn.

—Y te dijeron la verdad —respondió John Thornton a Hal en voz baja.

"Và họ đã nói đúng," John Thornton trả lời Hal một cách nhẹ nhàng.

"El hielo puede ceder en cualquier momento; está a punto de desprenderse".

"Băng có thể vỡ bất cứ lúc nào—nó sẵn sàng rơi ra."

"Solo la suerte ciega y los tontos pudieron haber llegado tan lejos con vida".

"Chỉ có sự may mắn mù quáng và những kẻ ngốc mới có thể sống sót đến tận đây."

"Te lo digo directamente: no arriesgaría mi vida ni por todo el oro de Alaska".

"Tôi nói thẳng với anh, tôi sẽ không mạo hiểm mạng sống của mình để đổi lấy toàn bộ vàng của Alaska đâu."

—Supongo que es porque no eres tonto —respondió Hal.

"Tôi cho là vì anh không phải là kẻ ngốc," Hal trả lời.

—De todos modos, seguiremos hasta Dawson. —Desenrolló el látigo.

"Dù sao thì chúng ta vẫn sẽ đi đến Dawson." Anh ta tháo roi ra.

—¡Sube, Buck! ¡Hola! ¡Sube! ¡Vamos! —gritó con dureza.

"Lên đó đi, Buck! Xin chào! Lên đi! Tiến lên!" anh ta hét lớn.

Thornton siguió tallando madera, sabiendo que los tontos no escucharían razones.
Thornton tiếp tục gọt giũa, biết rằng kẻ ngốc sẽ không nghe lý lẽ.

Detener a un tonto era inútil, y dos o tres tontos no cambiaban nada.
Ngăn cản một kẻ ngốc là vô ích—và hai hoặc ba kẻ bị lừa cũng chẳng thay đổi được gì.

Pero el equipo no se movió ante la orden de Hal.
Nhưng cả đội không di chuyển theo lệnh của Hal.

A estas alturas, sólo los golpes podían hacerlos levantarse y avanzar.
Lúc này, chỉ có những cú đánh mới có thể khiến chúng đứng dậy và tiến về phía trước.

El látigo golpeó una y otra vez a los perros debilitados.
Chiếc roi quất liên hồi vào những con chó yếu ớt.

John Thornton apretó los labios con fuerza y observó en silencio.
John Thornton mím chặt môi và im lặng quan sát.

Solleks fue el primero en ponerse de pie bajo el látigo.
Solleks là người đầu tiên bò dậy dưới roi.

Entonces Teek lo siguió, temblando. Joe gritó al tambalearse.
Rồi Teek chạy theo, run rẩy. Joe hét lên khi loạng choạng đứng dậy.

Pike intentó levantarse, falló dos veces y finalmente se mantuvo en pie, tambaleándose.
Pike cố gắng đứng dậy, thất bại hai lần, rồi cuối cùng đứng không vững.

Pero Buck yacía donde había caído, sin moverse en absoluto este momento.
Nhưng Buck vẫn nằm nguyên tại chỗ, không hề nhúc nhích.

El látigo lo golpeaba una y otra vez, pero él no emitía ningún sonido.
Cái roi quất liên tục vào anh ta, nhưng anh ta không hề kêu một tiếng nào.

Él no se inmutó ni se resistió, simplemente permaneció quieto y en silencio.

Anh ta không hề nao núng hay chống cự, chỉ đứng yên và im lặng.

Thornton se movió más de una vez, como si fuera a hablar, pero no lo hizo.

Thornton liên tục cựa quậy như muốn nói gì đó, nhưng rồi lại thôi.

Sus ojos se humedecieron y el látigo siguió golpeando contra Buck.

Đôi mắt anh đẫm lệ, nhưng roi vẫn quất vào Buck.

Finalmente, Thornton comenzó a caminar lentamente, sin saber qué hacer.

Cuối cùng, Thornton bắt đầu bước đi chậm rãi, không biết phải làm gì.

Era la primera vez que Buck fallaba y Hal se puso furioso.

Đó là lần đầu tiên Buck thất bại và Hal vô cùng tức giận.

Dejó el látigo y en su lugar tomó el pesado garrote.

Anh ta vứt roi xuống và cầm lấy cây gậy nặng.

El palo de madera cayó con fuerza, pero Buck todavía no se levantó para moverse.

Cây gậy gỗ giáng mạnh xuống, nhưng Buck vẫn không đứng dậy để di chuyển.

Al igual que sus compañeros de equipo, era demasiado débil, pero más que eso.

Giống như các đồng đội của mình, anh ấy quá yếu—nhưng còn hơn thế nữa.

Buck había decidido no moverse, sin importar lo que sucediera después.

Buck đã quyết định không di chuyển, bất kể chuyện gì xảy ra tiếp theo.

Sintió algo oscuro y seguro flotando justo delante.

Anh cảm thấy có thứ gì đó đen tối và chắc chắn đang lơ lửng ngay phía trước.

Ese miedo se apoderó de él tan pronto como llegó a la orilla del río.

Nỗi sợ hãi đã xâm chiếm anh ngay khi anh tới bờ sông.

La sensación no lo había abandonado desde que sintió el hielo fino bajo sus patas.

Cảm giác đó vẫn còn nguyên vẹn kể từ lúc anh cảm thấy lớp băng mỏng dưới bàn chân mình.

Algo terrible lo esperaba; lo sintió más allá del camino.
Có điều gì đó khủng khiếp đang chờ đợi anh - anh cảm thấy nó ngay trên con đường mòn.

No iba a caminar hacia esa cosa terrible que había delante.
Anh ấy sẽ không bước về phía thứ khủng khiếp phía trước

Él no iba a obedecer ninguna orden que lo llevara a esa cosa.
Anh ta sẽ không tuân theo bất kỳ mệnh lệnh nào đưa anh ta đến nơi đó.

El dolor de los golpes apenas lo afectaba ahora: estaba demasiado lejos.
Cơn đau từ những cú đánh giờ đây hầu như không còn tác động đến anh nữa - anh đã đi quá xa rồi.

La chispa de la vida parpadeaba débilmente y se apagaba bajo cada golpe cruel.
Tia lửa của sự sống yếu dần, mờ dần sau mỗi đòn tấn công tàn khốc.

Sus extremidades se sentían distantes; su cuerpo entero parecía pertenecer a otro.
Tứ chi của anh cảm thấy xa xôi; toàn bộ cơ thể dường như thuộc về một người khác.

Sintió un extraño entumecimiento mientras el dolor desapareció por completo.
Anh cảm thấy một cảm giác tê liệt lạ lùng khi cơn đau biến mất hoàn toàn.

Desde lejos, sentía que lo golpeaban, pero apenas lo sabía.
Từ xa, anh cảm nhận được mình đang bị đánh, nhưng anh hầu như không biết.

Podía oír los golpes débilmente, pero ya no dolían realmente.
Anh có thể nghe thấy tiếng động rất nhỏ, nhưng chúng không còn thực sự gây đau nữa.

Los golpes dieron en el blanco, pero su cuerpo ya no parecía el suyo.
Những đòn đánh giáng xuống, nhưng cơ thể anh dường như không còn là của riêng anh nữa.

Entonces, de repente y sin previo aviso, John Thornton lanzó un grito salvaje.
Rồi đột nhiên, không báo trước, John Thornton hét lên một tiếng thảm thiết.
Era un grito inarticulado, más el grito de una bestia que el de un hombre.
Tiếng kêu đó không rõ ràng, giống tiếng kêu của loài thú hơn là tiếng kêu của con người.
Saltó hacia el hombre con el garrote y tiró a Hal hacia atrás.
Anh ta nhảy vào người đàn ông cầm dùi cui và đánh Hal ngã về phía sau.
Hal voló como si lo hubiera golpeado un árbol y aterrizó con fuerza en el suelo.
Hal bay đi như thể bị cây đập vào, đáp mạnh xuống đất.
Mercedes gritó en pánico y se llevó las manos a la cara.
Mercedes hét lên trong hoảng loạn và ôm chặt mặt.
Charles se limitó a mirar, se secó los ojos y permaneció sentado.
Charles chỉ nhìn, lau mắt rồi ngồi im.
Su cuerpo estaba demasiado rígido por el dolor para levantarse o ayudar en la pelea.
Cơ thể ông quá cứng đờ vì đau đớn đến nỗi không thể đứng dậy hoặc tham gia chiến đấu.
Thornton se quedó de pie junto a Buck, temblando de furia, incapaz de hablar.
Thornton đứng trên Buck, run rẩy vì giận dữ, không nói nên lời.
Se estremeció de rabia y luchó por encontrar su voz a través de ella.
Anh ta run lên vì giận dữ và cố gắng tìm lại giọng nói của mình.
—Si vuelves a golpear a ese perro, te mataré —dijo finalmente.
Cuối cùng anh ta nói: "Nếu mày còn đánh con chó đó nữa, tao sẽ giết mày".
Hal se limpió la sangre de la boca y volvió a avanzar.
Hal lau máu trên miệng và tiến về phía trước lần nữa.

—Es mi perro —murmuró—. ¡Quítate del medio o te curaré!
"Đó là chó của tôi," anh ta lẩm bẩm. "Tránh ra, nếu không tôi sẽ xử anh."

"Voy a Dawson y no me lo vas a impedir", añadió.
"Tôi sẽ đến Dawson, và anh không được phép ngăn cản tôi", ông nói thêm.

Thornton se mantuvo firme entre Buck y el joven enojado.
Thornton đứng vững giữa Buck và chàng trai trẻ giận dữ.

No tenía intención de hacerse a un lado o dejar pasar a Hal.
Anh ta không có ý định tránh sang một bên hoặc để Hal đi qua.

Hal sacó su cuchillo de caza, largo y peligroso en la mano.
Hal rút con dao săn của mình ra, dài và nguy hiểm trong tay.

Mercedes gritó, luego lloró y luego rió con una histeria salvaje.
Mercedes hét lên, rồi khóc, rồi cười trong cơn cuồng loạn dữ dội.

Thornton golpeó la mano de Hal con el mango de su hacha, fuerte y rápido.
Thornton đánh vào tay Hal bằng cán rìu, mạnh và nhanh.

El cuchillo se soltó del agarre de Hal y voló al suelo.
Con dao tuột khỏi tay Hal và bay xuống đất.

Hal intentó recoger el cuchillo y Thornton volvió a golpearle los nudillos.
Hal cố nhặt con dao lên nhưng Thornton lại gõ vào đốt ngón tay anh.

Entonces Thornton se agachó, agarró el cuchillo y lo sostuvo.
Sau đó Thornton cúi xuống, cầm lấy con dao và giữ chặt.

Con dos rápidos golpes del mango del hacha, cortó las riendas de Buck.
Anh ta chặt nhanh hai nhát cán rìu và cắt đứt dây cương của Buck.

Hal ya no tenía fuerzas para luchar y se apartó del perro.
Hal không còn sức chiến đấu nữa và lùi xa con chó.

Además, Mercedes necesitaba ahora ambos brazos para mantenerse erguida.
Hơn nữa, Mercedes bây giờ cần cả hai tay để giữ thăng bằng.

Buck estaba demasiado cerca de la muerte como para volver a ser útil para tirar de un trineo.
Buck đã quá gần cái chết để có thể tiếp tục kéo xe trượt tuyết.

Unos minutos después, se marcharon y se dirigieron río abajo.
Vài phút sau, họ rời đi và đi về phía hạ lưu sông.

Buck levantó la cabeza débilmente y los observó mientras salían del banco.
Buck yếu ớt ngẩng đầu lên và nhìn họ rời khỏi bờ.

Pike lideró el equipo, con Solleks en la parte trasera, al volante.
Pike dẫn đầu nhóm, còn Solleks ở phía sau trong vị trí bánh xe.

Joe y Teek caminaron entre ellos, ambos cojeando por el cansancio.
Joe và Teek đi ở giữa, cả hai đều khập khiễng vì kiệt sức.

Mercedes se sentó en el trineo y Hal agarró el largo palo.
Mercedes ngồi trên xe trượt tuyết, còn Hal nắm chặt cần lái dài.

Charles se tambaleó detrás, sus pasos torpes e inseguros.
Charles loạng choạng đi theo phía sau, bước chân vụng về và không chắc chắn.

Thornton se arrodilló junto a Buck y buscó con delicadeza los huesos rotos.
Thornton quỳ xuống bên Buck và nhẹ nhàng kiểm tra xem có xương gãy nào không.

Sus manos eran ásperas pero se movían con amabilidad y cuidado.
Đôi bàn tay của ông thô ráp nhưng cử động một cách ân cần và cẩn thận.

El cuerpo de Buck estaba magullado pero no mostraba lesiones duraderas.
Cơ thể của Buck bị bầm tím nhưng không có thương tích lâu dài.

Lo que quedó fue un hambre terrible y una debilidad casi total.

Những gì còn lại là cơn đói khủng khiếp và sự suy nhược gần như hoàn toàn.

Cuando esto quedó claro, el trineo ya había avanzado mucho río abajo.

Khi nhận ra điều này thì chiếc xe trượt tuyết đã đi khá xa về phía hạ lưu.

El hombre y el perro observaron cómo el trineo se deslizaba lentamente sobre el hielo agrietado.

Người đàn ông và chú chó dõi theo chiếc xe trượt tuyết từ từ bò trên lớp băng nứt nẻ.

Luego vieron que el trineo se hundía en un hueco.

Sau đó, họ thấy chiếc xe trượt tuyết chìm xuống một cái hố.

El mástil voló hacia arriba, con Hal todavía aferrándose a él en vano.

Cột buồm bay lên, Hal vẫn bám vào nó một cách vô ích.

El grito de Mercedes les llegó a través de la fría distancia.

Tiếng hét của Mercedes vang vọng khắp khoảng cách lạnh giá.

Charles se giró y dio un paso atrás, pero ya era demasiado tarde.

Charles quay lại và bước lùi lại—nhưng đã quá muộn.

Una capa de hielo entera cedió y todos ellos cayeron al suelo.

Cả một tảng băng vỡ ra và tất cả bọn họ đều rơi xuống.

Los perros, los trineos y las personas desaparecieron en el agua negra que había debajo.

Chó, xe trượt tuyết và người đều biến mất vào làn nước đen bên dưới.

En el hielo por donde habían pasado sólo quedaba un amplio agujero.

Chỉ còn lại một lỗ hổng rộng trên băng ở nơi họ đi qua.

El sendero se había hundido por completo, tal como Thornton había advertido.

Đáy đường mòn đã dốc xuống—đúng như Thornton đã cảnh báo.

Thornton y Buck se miraron el uno al otro y guardaron silencio por un momento.

Thornton và Buck nhìn nhau, im lặng một lúc.

—Pobre diablo —dijo Thornton suavemente, y Buck le lamió la mano.
"Đồ khốn khổ," Thornton nhẹ nhàng nói, và Buck liếm tay anh.

Por el amor de un hombre
Vì tình yêu của một người đàn ông

John Thornton se congeló los pies en el frío del diciembre anterior.
John Thornton bị cóng chân trong cái lạnh của tháng 12 năm trước.
Sus compañeros lo hicieron sentir cómodo y lo dejaron recuperarse solo.
Các cộng sự của ông giúp ông cảm thấy thoải mái và để ông tự hồi phục.
Subieron al río para recoger una balsa de troncos para aserrar para Dawson.
Họ đi ngược dòng sông để gom một bè gỗ xẻ về Dawson.
Todavía cojeaba ligeramente cuando rescató a Buck de la muerte.
Anh ấy vẫn còn khập khiễng một chút khi cứu Buck khỏi cái chết.
Pero como el clima cálido continuó, incluso esa cojera desapareció.
Nhưng khi thời tiết ấm áp tiếp tục, ngay cả sự khập khiễng đó cũng biến mất.
Durante los largos días de primavera, Buck descansaba a orillas del río.
Nằm bên bờ sông trong những ngày xuân dài, Buck nghỉ ngơi.
Observó el agua fluir y escuchó a los pájaros y a los insectos.

Ông ngắm nhìn dòng nước chảy và lắng nghe tiếng chim và côn trùng.

Lentamente, Buck recuperó su fuerza bajo el sol y el cielo.

Buck dần lấy lại sức lực dưới ánh mặt trời và bầu trời.

Un descanso fue maravilloso después de viajar tres mil millas.

Cảm giác nghỉ ngơi thật tuyệt vời sau chuyến đi ba ngàn dặm.

Buck se volvió perezoso a medida que sus heridas sanaban y su cuerpo se llenaba.

Buck trở nên lười biếng khi vết thương của nó lành lại và cơ thể nó phát triển.

Sus músculos se reafirmaron y la carne volvió a cubrir sus huesos.

Cơ bắp của ông trở nên săn chắc và thịt đã mọc lại để che phủ xương.

Todos estaban descansando: Buck, Thornton, Skeet y Nig.

Tất cả bọn họ đều đang nghỉ ngơi—Buck, Thornton, Skeet và Nig.

Esperaron la balsa que los llevaría a Dawson.

Họ chờ chiếc bè sẽ đưa họ xuống Dawson.

Skeet era un pequeño setter irlandés que se hizo amigo de Buck.

Skeet là một chú chó săn nhỏ người Ireland đã kết bạn với Buck.

Buck estaba demasiado débil y enfermo para resistirse a ella en su primer encuentro.

Buck quá yếu và bệnh để có thể cưỡng lại cô trong lần gặp đầu tiên.

Skeet tenía el rasgo de sanador que algunos perros poseen naturalmente.

Skeet có đặc điểm chữa bệnh mà một số loài chó khác vốn có.

Como una gata madre, lamió y limpió las heridas abiertas de Buck.

Giống như một con mèo mẹ, cô liếm và rửa sạch những vết thương hở của Buck.

Todas las mañanas, después del desayuno, repetía su minucioso trabajo.

Mỗi sáng sau khi ăn sáng, cô lại lặp lại công việc cẩn thận của mình.

Buck llegó a esperar su ayuda tanto como la de Thornton.

Buck mong đợi sự giúp đỡ của cô nhiều như mong đợi của Thornton.

Nig también era amigable, pero menos abierto y menos cariñoso.

Nig cũng thân thiện nhưng ít cởi mở và ít tình cảm hơn.

Nig era un perro grande y negro, mitad sabueso y mitad lebrel.

Nig là một con chó đen to lớn, một phần là chó săn và một phần là chó săn nai.

Tenía ojos sonrientes y un espíritu bondadoso sin límites.

Ông có đôi mắt biết cười và bản tính tốt bụng vô tận.

Para sorpresa de Buck, ninguno de los perros mostró celos hacia él.

Điều khiến Buck ngạc nhiên là không có con chó nào tỏ ra ghen tị với nó.

Tanto Skeet como Nig compartieron la amabilidad de John Thornton.

Cả Skeet và Nig đều nhận được lòng tốt của John Thornton.

A medida que Buck se hacía más fuerte, lo atrajeron hacia juegos de perros tontos.

Khi Buck trở nên mạnh mẽ hơn, họ dụ nó vào những trò chơi chó ngu ngốc.

Thornton también jugaba a menudo con ellos, incapaz de resistirse a su alegría.

Thornton cũng thường chơi với chúng, không thể cưỡng lại niềm vui của chúng.

De esta manera lúdica, Buck pasó de la enfermedad a una nueva vida.

Bằng cách vui tươi này, Buck đã vượt qua bệnh tật và bắt đầu một cuộc sống mới.

El amor, el amor verdadero, ardiente y apasionado, finalmente era suyo.

Tình yêu - tình yêu chân thành, cháy bỏng và nồng nàn - cuối cùng đã thuộc về anh.

Nunca había conocido ese tipo de amor en la finca de Miller.
Anh chưa bao giờ biết đến tình yêu như thế này ở điền trang của Miller.
Con los hijos del Juez había compartido trabajo y aventuras.
Ông đã cùng chia sẻ công việc và cuộc phiêu lưu với các con trai của Thẩm phán.
En los nietos vio un orgullo rígido y jactancioso.
Ở những đứa cháu trai, ông thấy sự kiêu hãnh cứng nhắc và khoe khoang.
Con el propio juez Miller mantuvo una amistad respetuosa.
Với chính Thẩm phán Miller, ông đã có một tình bạn đáng trân trọng.
Pero el amor que era fuego, locura y adoración llegó con Thornton.
Nhưng tình yêu như ngọn lửa, sự điên cuồng và sự tôn thờ đã đến cùng Thornton.
Este hombre había salvado la vida de Buck, y eso solo significaba mucho.
Người đàn ông này đã cứu mạng Buck, và chỉ riêng điều đó cũng có ý nghĩa rất lớn.
Pero más que eso, John Thornton era el tipo de maestro ideal.
Nhưng hơn thế nữa, John Thornton chính là mẫu người thầy lý tưởng.
Otros hombres cuidaban perros por obligación o necesidad laboral.
Những người đàn ông khác chăm sóc chó vì nhiệm vụ hoặc nhu cầu công việc.
John Thornton cuidaba a sus perros como si fueran sus hijos.
John Thornton chăm sóc những chú chó của mình như thể chúng là con của ông.
Él se preocupaba por ellos porque los amaba y simplemente no podía evitarlo.
Ông chăm sóc họ vì ông yêu họ và không thể làm gì khác được.
John Thornton vio incluso más lejos de lo que la mayoría de los hombres lograron ver.

John Thornton thậm chí còn nhìn xa hơn hầu hết những gì con người có thể nhìn thấy.

Nunca se olvidó de saludarlos amablemente o decirles alguna palabra de aliento.

Ông không bao giờ quên chào hỏi họ một cách tử tế hoặc nói một lời động viên.

Le encantaba sentarse con los perros para tener largas charlas, o "gases", como él decía.

Ông thích ngồi nói chuyện với những chú chó trong thời gian dài, hay "nói chuyện phiếm" như ông nói.

Le gustaba agarrar bruscamente la cabeza de Buck entre sus fuertes manos.

Anh ta thích túm chặt đầu Buck bằng đôi bàn tay khỏe mạnh của mình.

Luego apoyó su cabeza contra la de Buck y lo sacudió suavemente.

Sau đó, anh tựa đầu mình vào đầu Buck và lắc nhẹ.

Mientras tanto, él llamaba a Buck con nombres groseros que significaban amor para Buck.

Trong suốt thời gian đó, anh ta gọi Buck bằng những cái tên thô lỗ nhưng lại có ý nghĩa yêu thương Buck.

Para Buck, ese fuerte abrazo y esas palabras le trajeron una profunda alegría.

Với Buck, cái ôm thô bạo và những lời nói đó mang lại niềm vui sâu sắc.

Su corazón parecía latir con fuerza de felicidad con cada movimiento.

Trái tim anh dường như rung lên vì hạnh phúc với mỗi chuyển động.

Cuando se levantó de un salto, su boca parecía como si se estuviera riendo.

Khi anh ta nhảy lên sau đó, miệng anh ta trông như đang cười.

Sus ojos brillaban intensamente y su garganta temblaba con una alegría tácita.

Đôi mắt anh sáng lên và cổ họng anh run lên vì niềm vui không nói thành lời.

Su sonrisa se detuvo en ese estado de emoción y afecto resplandeciente.
Nụ cười của anh vẫn đứng im trong trạng thái cảm xúc và tình cảm rạng rỡ đó.
Entonces Thornton exclamó pensativo: "¡Dios! ¡Casi puede hablar!"
Sau đó Thornton thốt lên đầy suy tư, "Chúa ơi! Anh ấy gần như có thể nói được!"
Buck tenía una extraña forma de expresar amor que casi causaba dolor.
Buck có cách thể hiện tình yêu kỳ lạ đến mức gần như gây ra đau đớn.
A menudo apretaba muy fuerte la mano de Thornton entre los dientes.
Anh ta thường cắn chặt tay Thornton.
La mordedura iba a dejar marcas profundas que permanecerían durante algún tiempo.
Vết cắn sẽ để lại dấu vết sâu và tồn tại trong một thời gian sau đó.
Buck creía que esos juramentos eran de amor y Thornton lo sabía también.
Buck tin rằng những lời thề đó là tình yêu, và Thornton cũng biết như vậy.
La mayoría de las veces, el amor de Buck se demostraba en una adoración silenciosa, casi silenciosa.
Thông thường, tình yêu của Buck được thể hiện bằng sự tôn thờ lặng lẽ, gần như im lặng.
Aunque se emocionaba cuando lo tocaban o le hablaban, no buscaba atención.
Mặc dù rất thích thú khi được chạm vào hoặc nói chuyện, nhưng chú không tìm kiếm sự chú ý.
Skeet empujó su nariz bajo la mano de Thornton hasta que él la acarició.
Skeet dụi mũi vào tay Thornton cho đến khi anh vuốt ve cô.
Nig se acercó en silencio y apoyó su gran cabeza en la rodilla de Thornton.

Nig lặng lẽ bước tới và tựa cái đầu to của mình vào đầu gối Thornton.

Buck, por el contrario, se conformaba con amar desde una distancia respetuosa.

Ngược lại, Buck hài lòng khi yêu từ một khoảng cách tôn trọng.

Durante horas permaneció tendido a los pies de Thornton, alerta y observando atentamente.

Anh ta nằm hàng giờ dưới chân Thornton, cảnh giác và quan sát chặt chẽ.

Buck estudió cada detalle del rostro de su amo y su más mínimo movimiento.

Buck nghiên cứu từng chi tiết trên khuôn mặt và từng chuyển động nhỏ nhất của chủ nhân.

O yacía más lejos, estudiando la figura del hombre en silencio.

Hoặc nằm xa hơn, im lặng quan sát hình dáng người đàn ông.

Buck observó cada pequeño movimiento, cada cambio de postura o gesto.

Buck quan sát từng cử động nhỏ, từng thay đổi trong tư thế hoặc cử chỉ.

Tan poderosa era esta conexión que a menudo atraía la mirada de Thornton.

Mối liên hệ này mạnh mẽ đến mức thường thu hút sự chú ý của Thornton.

Sostuvo la mirada de Buck sin palabras, pero el amor brillaba claramente a través de ella.

Anh nhìn thẳng vào mắt Buck mà không nói lời nào, ánh mắt tràn đầy tình yêu.

Durante mucho tiempo después de ser salvado, Buck nunca perdió de vista a Thornton.

Trong một thời gian dài sau khi được cứu, Buck không bao giờ rời mắt khỏi Thornton.

Cada vez que Thornton salía de la tienda, Buck lo seguía de cerca afuera.

Bất cứ khi nào Thornton rời khỏi lều, Buck đều theo sát anh ta ra ngoài.

Todos los amos severos de las Tierras del Norte habían hecho que Buck tuviera miedo de confiar.
Tất cả những người chủ khắc nghiệt ở vùng đất phương Bắc đã khiến Buck sợ phải tin tưởng.

Temía que ningún hombre pudiera seguir siendo su amo durante más de un corto tiempo.
Ông sợ rằng không ai có thể làm chủ được ông quá một thời gian ngắn.

Temía que John Thornton desapareciera como Perrault y François.
Ông lo sợ John Thornton sẽ biến mất giống như Perrault và François.

Incluso por la noche, el miedo a perderlo acechaba el sueño inquieto de Buck.
Ngay cả vào ban đêm, nỗi sợ mất anh vẫn ám ảnh giấc ngủ không yên của Buck.

Cuando Buck se despertó, salió a escondidas al frío y fue a la tienda de campaña.
Khi Buck thức dậy, anh ta rón rén đi ra ngoài trời lạnh và đi đến lều.

Escuchó atentamente el suave sonido de la respiración en su interior.
Anh lắng nghe thật kỹ tiếng thở nhẹ nhàng bên trong.

A pesar del profundo amor de Buck por John Thornton, lo salvaje siguió vivo.
Bất chấp tình yêu sâu sắc của Buck dành cho John Thornton, thiên nhiên hoang dã vẫn tồn tại.

Ese instinto primitivo, despertado en el Norte, no desapareció.
Bản năng nguyên thủy đó, được đánh thức ở phương Bắc, vẫn chưa biến mất.

El amor trajo devoción, lealtad y el cálido vínculo del fuego.
Tình yêu mang lại sự tận tụy, lòng trung thành và mối liên kết ấm áp bên bếp lửa.

Pero Buck también mantuvo sus instintos salvajes, agudos y siempre alerta.

Nhưng Buck vẫn giữ được bản năng hoang dã của mình, sắc bén và luôn cảnh giác.

No era sólo una mascota domesticada de las suaves tierras de la civilización.

Anh ta không chỉ là một con vật cưng được thuần hóa từ vùng đất văn minh mềm mại.

Buck era un ser salvaje que había venido a sentarse junto al fuego de Thornton.

Buck là một sinh vật hoang dã đến ngồi bên đống lửa của Thornton.

Parecía un perro del Sur, pero en su interior vivía lo salvaje.

Trông nó giống như một chú chó miền Nam, nhưng bên trong nó lại ẩn chứa sự hoang dã.

Su amor por Thornton era demasiado grande como para permitirle robarle algo.

Tình yêu của ông dành cho Thornton quá lớn đến nỗi không thể cho phép người đàn ông đó ăn cắp đồ của ông.

Pero en cualquier otro campamento, robaría con valentía y sin pausa.

Nhưng ở bất kỳ trại nào khác, anh ta sẽ ăn cắp một cách táo bạo và không ngừng nghỉ.

Era tan astuto al robar que nadie podía atraparlo ni acusarlo.

Anh ta ăn cắp rất khéo đến nỗi không ai có thể bắt được hay buộc tội anh ta.

Su rostro y su cuerpo estaban cubiertos de cicatrices de muchas peleas pasadas.

Khuôn mặt và cơ thể anh đầy vết sẹo từ nhiều trận chiến trước đây.

Buck seguía luchando con fiereza, pero ahora luchaba con más astucia.

Buck vẫn chiến đấu dữ dội, nhưng bây giờ anh chiến đấu một cách khôn ngoan hơn.

Skeet y Nig eran demasiado amables para pelear, y eran de Thornton.

Skeet và Nig quá hiền lành nên không muốn đánh nhau, và chúng là của Thornton.

Pero cualquier perro extraño, por fuerte o valiente que fuese, cedía.
Nhưng bất kỳ con chó lạ nào, dù mạnh mẽ hay dũng cảm đến đâu, cũng đều nhường đường.
De lo contrario, el perro se encontraría luchando contra Buck; luchando por su vida.
Nếu không, con chó sẽ phải chiến đấu với Buck; chiến đấu để giành lấy mạng sống.
Buck no tuvo piedad una vez que decidió pelear contra otro perro.
Buck không hề thương xót khi nó quyết định chiến đấu với một con chó khác.
Había aprendido bien la ley del garrote y el colmillo en las Tierras del Norte.
Anh ta đã học rất rõ luật sử dụng dùi cui và nanh ở vùng Northland.
Él nunca renunció a una ventaja y nunca se retractó de la batalla.
Ông không bao giờ từ bỏ lợi thế và không bao giờ lùi bước trong trận chiến.
Había estudiado a los Spitz y a los perros más feroces del correo y de la policía.
Ông đã nghiên cứu về chó Spitz và những con chó hung dữ nhất của cảnh sát và thư tín.
Sabía claramente que no había término medio en un combate salvaje.
Ông biết rõ rằng không có lập trường trung dung trong chiến đấu dữ dội.
Él debía gobernar o ser gobernado; mostrar misericordia significaba mostrar debilidad.
Ngài phải cai trị hoặc bị cai trị; thể hiện lòng thương xót có nghĩa là thể hiện sự yếu đuối.
Mercy era una desconocida en el crudo y brutal mundo de la supervivencia.
Lòng thương xót là điều không hề tồn tại trong thế giới sinh tồn khắc nghiệt và tàn khốc.

Mostrar misericordia era visto como miedo, y el miedo conducía rápidamente a la muerte.
Việc thể hiện lòng thương xót bị coi là sợ hãi, và sợ hãi nhanh chóng dẫn đến cái chết.

La antigua ley era simple: matar o ser asesinado, comer o ser comido.
Luật cũ rất đơn giản: giết hoặc bị giết, ăn hoặc bị ăn.

Esa ley vino desde las profundidades del tiempo, y Buck la siguió plenamente.
Luật đó xuất phát từ sâu thẳm thời gian, và Buck đã tuân thủ nó một cách nghiêm ngặt.

Buck era mayor que su edad y el número de respiraciones que tomaba.
Buck già hơn so với tuổi và số lần hít thở của anh.

Conectó claramente el pasado antiguo con el momento presente.
Ông đã kết nối quá khứ xa xưa với hiện tại một cách rõ ràng.

Los ritmos profundos de las épocas lo atravesaban como mareas.
Những nhịp điệu sâu lắng của thời đại di chuyển qua anh như thủy triều.

El tiempo latía en su sangre con la misma seguridad con la que las estaciones movían la tierra.
Thời gian chảy trong máu ông chắc chắn như các mùa chuyển động trên trái đất.

Se sentó junto al fuego de Thornton, con el pecho fuerte y los colmillos blancos.
Anh ta ngồi bên đống lửa của Thornton, ngực khỏe và nanh trắng.

Su largo pelaje ondeaba, pero detrás de él los espíritus de los perros salvajes observaban.
Bộ lông dài của nó rung rinh, nhưng đằng sau nó, linh hồn của những con chó hoang đang dõi theo.

Lobos medio y lobos completos se agitaron dentro de su corazón y sus sentidos.
Nửa sói và nửa sói thực sự khuấy động trong trái tim và giác quan của anh.

Probaron su carne y bebieron la misma agua que él.
Họ nếm thử thịt của ông và uống cùng một loại nước như ông.
Olfatearon el viento junto a él y escucharon el bosque.
Họ hít thở làn gió cùng anh và lắng nghe tiếng rừng.
Susurraron los significados de los sonidos salvajes en la oscuridad.
Họ thì thầm ý nghĩa của những âm thanh hoang dã trong bóng tối.
Ellos moldearon sus estados de ánimo y guiaron cada una de sus reacciones tranquilas.
Họ định hình tâm trạng của ông và hướng dẫn từng phản ứng lặng lẽ của ông.
Se quedaron con él mientras dormía y se convirtieron en parte de sus sueños más profundos.
Chúng nằm cùng anh khi anh ngủ và trở thành một phần trong giấc mơ sâu thẳm của anh.
Soñaron con él, más allá de él, y constituyeron su propio espíritu.
Họ mơ cùng ông, vượt ra ngoài ông, và tạo nên chính tinh thần của ông.
Los espíritus de la naturaleza llamaron con tanta fuerza que Buck se sintió atraído.
Những linh hồn hoang dã gọi mời mạnh mẽ đến nỗi Buck cảm thấy bị lôi kéo.
Cada día, la humanidad y sus reivindicaciones se debilitaban más en el corazón de Buck.
Mỗi ngày, nhân loại và những đòi hỏi của họ ngày càng yếu đi trong trái tim Buck.
En lo profundo del bosque, un llamado extraño y emocionante estaba por surgir.
Sâu trong rừng, một tiếng gọi kỳ lạ và hồi hộp sắp vang lên.
Cada vez que escuchaba el llamado, Buck sentía un impulso que no podía resistir.
Mỗi lần nghe tiếng gọi đó, Buck lại cảm thấy một sự thôi thúc không thể cưỡng lại.
Él iba a alejarse del fuego y de los caminos humanos trillados.

Anh ta định quay lưng lại với ngọn lửa và con đường đời đầy rẫy sự giày vò của con người.

Iba a adentrarse en el bosque, avanzando sin saber por qué.

Anh ta định lao vào rừng, tiến về phía trước mà không biết tại sao.

Él no cuestionó esta atracción porque el llamado era profundo y poderoso.

Ông không thắc mắc về sức hút này, vì tiếng gọi đó sâu sắc và mạnh mẽ.

A menudo, alcanzaba la sombra verde y la tierra suave e intacta.

Thường thì anh ấy đã chạm tới bóng râm xanh và đất mềm nguyên sơ

Pero entonces el fuerte amor por John Thornton lo atrajo de nuevo al fuego.

Nhưng rồi tình yêu mãnh liệt dành cho John Thornton đã kéo ông trở lại với ngọn lửa.

Sólo John Thornton realmente pudo sostener en sus manos el corazón salvaje de Buck.

Chỉ có John Thornton mới thực sự nắm giữ được trái tim hoang dã của Buck.

El resto de la humanidad no tenía ningún valor o significado duradero para Buck.

Phần còn lại của nhân loại không có giá trị hay ý nghĩa lâu dài đối với Buck.

Los extraños podrían elogiarlo o acariciar su pelaje con manos amistosas.

Người lạ có thể khen ngợi hoặc vuốt ve bộ lông của chú bằng đôi tay thân thiện.

Buck permaneció impasible y se alejó por demasiado afecto.

Buck vẫn không hề lay chuyển và bỏ đi vì được yêu mến quá mức.

Hans y Pete llegaron con la balsa que habían esperado durante tanto tiempo.

Hans và Pete đã đến với chiếc bè mà họ đã mong đợi từ lâu

Buck los ignoró hasta que supo que estaban cerca de Thornton.

Buck không để ý đến họ cho đến khi anh biết họ ở gần Thornton.

Después de eso, los toleró, pero nunca les mostró total calidez.

Sau đó, ông chịu đựng họ, nhưng không bao giờ thể hiện sự nồng nhiệt thực sự với họ.

Él aceptaba comida o gentileza de ellos como si les estuviera haciendo un favor.

Ông nhận thức ăn hoặc lòng tốt từ họ như thể đang làm ơn cho họ.

Eran como Thornton: sencillos, honestos y claros en sus pensamientos.

Họ giống như Thornton - giản dị, trung thực và suy nghĩ rõ ràng.

Todos juntos viajaron al aserradero de Dawson y al gran remolino.

Tất cả cùng nhau họ đi đến xưởng cưa Dawson và xoáy nước lớn

En su viaje aprendieron a comprender profundamente la naturaleza de Buck.

Trong cuộc hành trình của mình, họ đã hiểu sâu sắc bản chất của Buck.

No intentaron acercarse como lo habían hecho Skeet y Nig.

Họ không cố gắng trở nên gần gũi như Skeet và Nig đã làm.

Pero el amor de Buck por John Thornton solo se profundizó con el tiempo.

Nhưng tình yêu của Buck dành cho John Thornton ngày càng sâu sắc hơn theo thời gian.

Sólo Thornton podía colocar una mochila en la espalda de Buck en el verano.

Chỉ có Thornton mới có thể đặt một chiếc ba lô lên lưng Buck vào mùa hè.

Cualquiera que fuera lo que Thornton ordenaba, Buck estaba dispuesto a hacerlo a cabalidad.

Bất cứ điều gì Thornton ra lệnh, Buck đều sẵn sàng thực hiện.

Un día, después de que dejaron Dawson hacia las cabeceras del río Tanana,

Một ngày nọ, sau khi họ rời Dawson để đến thượng nguồn sông Tanana,

El grupo se sentó en un acantilado que caía un metro hasta el lecho rocoso desnudo.

nhóm ngồi trên một vách đá cao ba feet so với nền đá trơ trụi.

John Thornton se sentó cerca del borde y Buck descansó a su lado.

John Thornton ngồi gần mép, và Buck nghỉ ngơi bên cạnh anh ta.

Thornton tuvo una idea repentina y llamó la atención de los hombres.

Thornton đột nhiên nảy ra một ý tưởng và kêu gọi sự chú ý của những người đàn ông.

Señaló hacia el otro lado del abismo y le dio a Buck una única orden.

Anh ta chỉ tay về phía bên kia vực thẳm và ra lệnh cho Buck.

—¡Salta, Buck! —dijo, extendiendo el brazo por encima del precipicio.

"Nhảy đi, Buck!" anh ta nói, vung tay ra khỏi chỗ thả người.

En un momento, tuvo que agarrar a Buck, quien estaba saltando para obedecer.

Ngay lập tức, anh phải tóm lấy Buck, con vật đang nhảy dựng lên để tuân lệnh.

Hans y Pete corrieron hacia adelante y los pusieron a ambos a salvo.

Hans và Pete lao về phía trước và kéo cả hai trở về nơi an toàn.

Cuando todo terminó y recuperaron el aliento, Pete habló.

Sau khi mọi chuyện kết thúc và họ đã lấy lại hơi thở, Pete lên tiếng.

"El amor es extraño", dijo, conmocionado por la feroz devoción del perro.

"Tình yêu thật kỳ lạ," anh nói, cảm động trước lòng trung thành mãnh liệt của chú chó.

Thornton meneó la cabeza y respondió con seriedad y calma.

Thornton lắc đầu và trả lời một cách nghiêm túc và bình tĩnh.

"No, el amor es espléndido", dijo, "pero también terrible".

"Không, tình yêu thì tuyệt vời," anh nói, "nhưng cũng thật khủng khiếp."
"A veces, debo admitirlo, este tipo de amor me da miedo".
"Đôi khi, tôi phải thừa nhận rằng, loại tình yêu này khiến tôi sợ hãi."
Pete asintió y dijo: "Odiaría ser el hombre que te toque".
Pete gật đầu và nói, "Tôi ghét phải là người chạm vào cô."
Miró a Buck mientras hablaba, serio y lleno de respeto.
Anh ta nhìn Buck khi nói, nghiêm túc và đầy sự tôn trọng.
—¡Py Jingo! —dijo Hans rápidamente—. Yo tampoco, señor.
"Py Jingo!" Hans nói nhanh. "Tôi cũng vậy, không thưa ngài."

Antes de que terminara el año, los temores de Pete se hicieron realidad en Circle City.
Trước khi năm kết thúc, nỗi sợ của Pete đã trở thành sự thật tại Circle City.
Un hombre cruel llamado Black Burton provocó una pelea en el bar.
Một người đàn ông tàn ác tên là Black Burton đã gây gổ trong quán bar.
Estaba enojado y malicioso, arremetiendo contra un nuevo novato.
Ông ta tức giận và độc ác, đánh đập một người mới vào nghề.
John Thornton entró en escena, tranquilo y afable como siempre.
John Thornton bước vào, vẫn bình tĩnh và tốt bụng như mọi khi.
Buck yacía en un rincón, con la cabeza gacha, observando a Thornton de cerca.
Buck nằm ở góc, đầu cúi xuống, quan sát Thornton một cách chăm chú.
Burton atacó de repente, y su puñetazo hizo que Thornton girara.
Burton bất ngờ ra đòn, cú đấm khiến Thornton quay ngoắt lại.
Sólo la barandilla de la barra evitó que se estrellara con fuerza contra el suelo.

Chỉ có thanh chắn của quán bar mới giữ được anh ta khỏi ngã mạnh xuống đất.

Los observadores oyeron un sonido que no era un ladrido ni un aullido.

Những người theo dõi nghe thấy một âm thanh không phải là tiếng sủa hay tiếng kêu

Un rugido profundo salió de Buck mientras se lanzaba hacia el hombre.

một tiếng gầm lớn phát ra từ Buck khi nó lao về phía người đàn ông.

Burton levantó el brazo y apenas salvó su vida.

Burton giơ tay lên và may mắn thoát chết.

Buck se estrelló contra él y lo tiró al suelo.

Buck đâm sầm vào anh ta, khiến anh ta ngã xuống sàn.

Buck mordió profundamente el brazo del hombre y luego se abalanzó sobre su garganta.

Buck cắn sâu vào cánh tay của người đàn ông rồi lao vào cổ họng anh ta.

Burton sólo pudo bloquearlo parcialmente y su cuello quedó destrozado.

Burton chỉ có thể chặn được một phần và cổ của ông bị rách toạc.

Los hombres se apresuraron a entrar, con los garrotes en alto, y apartaron a Buck del hombre sangrante.

Mọi người xông vào, giơ dùi cui lên và đuổi Buck ra khỏi người đàn ông đang chảy máu.

Un cirujano trabajó rápidamente para detener la fuga de sangre.

Bác sĩ phẫu thuật đã nhanh chóng phẫu thuật để cầm máu.

Buck caminaba de un lado a otro y gruñía, intentando atacar una y otra vez.

Buck vừa đi vừa gầm gừ, cố gắng tấn công liên tục.

Sólo los golpes con los palos le impidieron llegar hasta Burton.

Chỉ có những cú vung gậy mới ngăn cản được anh ta đến được Burton.

Allí mismo se convocó y celebró una asamblea de mineros.

Một cuộc họp của thợ mỏ đã được triệu tập và tổ chức ngay tại chỗ.

Estuvieron de acuerdo en que Buck había sido provocado y votaron por liberarlo.

Họ đồng ý rằng Buck đã bị khiêu khích và bỏ phiếu trả tự do cho anh ta.

Pero el feroz nombre de Buck ahora resonaba en todos los campamentos de Alaska.

Nhưng cái tên dữ dội của Buck giờ đây vang vọng ở mọi trại lính ở Alaska.

Más tarde ese otoño, Buck salvó a Thornton nuevamente de una nueva manera.

Vào mùa thu năm đó, Buck lại cứu Thornton theo một cách mới.

Los tres hombres guiaban un bote largo por rápidos agitados.

Ba người đàn ông đang điều khiển một chiếc thuyền dài lướt qua ghềnh thác dữ dội.

Thornton tripulaba el bote, gritando instrucciones para llegar a la costa.

Thornton điều khiển thuyền và chỉ đường vào bờ.

Hans y Pete corrieron por la tierra, sosteniendo una cuerda de árbol a árbol.

Hans và Pete chạy trên bờ, giữ một sợi dây thừng từ cây này sang cây khác.

Buck seguía el ritmo en la orilla, siempre observando a su amo.

Buck đi theo dọc bờ sông, luôn dõi mắt theo chủ nhân của mình.

En un lugar desagradable, las rocas sobresalían bajo el agua rápida.

Ở một nơi nguy hiểm, có những tảng đá nhô ra dưới dòng nước chảy xiết.

Hans soltó la cuerda y Thornton dirigió el bote hacia otro lado.

Hans thả sợi dây thừng và Thornton lái thuyền ra xa.

Hans corrió para alcanzar el barco nuevamente más allá de las rocas peligrosas.
Hans chạy nước rút để đuổi kịp chiếc thuyền vượt qua những tảng đá nguy hiểm.
El barco superó la cornisa pero se topó con una parte más fuerte de la corriente.
Chiếc thuyền đã vượt qua được gờ đá nhưng lại đâm vào phần dòng nước mạnh hơn.
Hans agarró la cuerda demasiado rápido y desequilibró el barco.
Hans nắm sợi dây quá nhanh và kéo thuyền mất thăng bằng.
El barco se volcó y se estrelló contra la orilla, boca abajo.
Chiếc thuyền lật úp và đập vào bờ, phần đáy hướng lên trên.
Thornton fue arrojado y arrastrado hacia la parte más salvaje del agua.
Thornton bị ném ra ngoài và bị cuốn vào vùng nước dữ dội nhất.
Ningún nadador habría podido sobrevivir en esas aguas turbulentas y mortales.
Không một người bơi nào có thể sống sót trong vùng nước chảy xiết chết chóc đó.
Buck saltó instantáneamente y persiguió a su amo río abajo.
Buck ngay lập tức nhảy xuống và đuổi theo chủ mình xuống sông.
Después de trescientos metros, llegó por fin a Thornton.
Sau ba trăm thước, cuối cùng anh cũng tới được Thornton.
Thornton agarró la cola de Buck y Buck se giró hacia la orilla.
Thornton nắm lấy đuôi Buck và Buck quay về phía bờ.
Nadó con todas sus fuerzas, luchando contra el arrastre salvaje del agua.
Anh ta bơi hết sức mình, chống lại sức cản dữ dội của dòng nước.
Se movieron río abajo más rápido de lo que podían llegar a la orilla.
Họ di chuyển xuôi dòng nhanh hơn tốc độ họ có thể tới bờ.

Más adelante, el río rugía cada vez más fuerte mientras caía en rápidos mortales.
Phía trước, dòng sông gào thét dữ dội hơn khi rơi vào ghềnh thác chết người.
Las rocas cortaban el agua como los dientes de un peine enorme.
Những tảng đá cắt ngang mặt nước như răng của một chiếc lược khổng lồ.
La atracción del agua cerca de la caída era salvaje e ineludible.
Sức hút của nước gần giọt nước rất dữ dội và không thể tránh khỏi.
Thornton sabía que nunca podrían llegar a la costa a tiempo.
Thornton biết rằng họ không bao giờ có thể đến bờ kịp lúc.
Raspó una roca, se estrelló contra otra,
Anh ta đã vượt qua một tảng đá, đập vỡ tảng đá thứ hai,
Y entonces se estrelló contra una tercera roca, agarrándola con ambas manos.
Và rồi anh ta đâm vào tảng đá thứ ba, dùng cả hai tay để tóm lấy nó.
Soltó a Buck y gritó por encima del rugido: "¡Vamos, Buck! ¡Vamos!".
Anh ta thả Buck ra và hét lớn át tiếng gầm rú, "Đi đi, Buck! Đi đi!"
Buck no pudo mantenerse a flote y fue arrastrado por la corriente.
Buck không thể giữ được thăng bằng và bị dòng nước cuốn trôi.
Luchó con todas sus fuerzas, intentando girar, pero no consiguió ningún progreso.
Anh ta chiến đấu dữ dội, cố gắng quay lại nhưng không tiến triển được chút nào.
Entonces escuchó a Thornton repetir la orden por encima del rugido del río.
Sau đó, anh nghe Thornton lặp lại mệnh lệnh giữa tiếng gầm của dòng sông.

Buck salió del agua y levantó la cabeza como para echar una última mirada.
Buck nhô mình ra khỏi mặt nước, ngẩng đầu lên như thể muốn nhìn lại lần cuối.
Luego se giró y obedeció, nadando hacia la orilla con resolución.
sau đó quay lại và tuân theo, kiên quyết bơi về phía bờ.
Pete y Hans lo sacaron a tierra en el último momento posible.
Pete và Hans đã kéo anh ta vào bờ vào đúng thời điểm cuối cùng.
Sabían que Thornton podría aferrarse a la roca sólo por unos minutos más.
Họ biết Thornton chỉ có thể bám vào tảng đá thêm vài phút nữa thôi.
Corrieron por la orilla hasta un lugar mucho más arriba de donde estaba colgado.
Họ chạy lên bờ đến một địa điểm cao hơn nhiều so với nơi anh ta đang treo cổ.
Ataron la cuerda del bote al cuello y los hombros de Buck con cuidado.
Họ cẩn thận buộc dây thuyền vào cổ và vai Buck.
La cuerda estaba ajustada pero lo suficientemente suelta para permitir la respiración y el movimiento.
Sợi dây vừa khít nhưng đủ lỏng để thở và di chuyển.
Luego lo lanzaron nuevamente al caudaloso y mortal río.
Sau đó, họ lại ném anh ta xuống dòng sông chết chóc đang chảy xiết.
Buck nadó con valentía, pero perdió su ángulo debido a la fuerza de la corriente.
Buck bơi một cách táo bạo nhưng lại không bơi vào đúng hướng dòng nước chảy xiết.
Se dio cuenta demasiado tarde de que iba a dejar atrás a Thornton.
Anh ta nhận ra quá muộn rằng mình sắp trôi qua Thornton.
Hans tiró de la cuerda con fuerza, como si Buck fuera un barco que se hundía.

Hans giật chặt sợi dây, như thể Buck là một chiếc thuyền sắp lật úp.

La corriente lo arrastró hacia abajo y desapareció bajo la superficie.

Dòng nước kéo anh ta xuống và anh ta biến mất dưới mặt nước.

Su cuerpo chocó contra el banco antes de que Hans y Pete pudieran sacarlo.

Cơ thể anh đập vào bờ trước khi Hans và Pete kéo anh ra.

Estaba medio ahogado y le sacaron el agua a golpes.

Ông ấy đã chết đuối một nửa và họ đã đập cho nước tràn ra khỏi người ông ấy.

Buck se puso de pie, se tambaleó y volvió a desplomarse en el suelo.

Buck đứng dậy, loạng choạng rồi lại ngã xuống đất.

Entonces oyeron la voz de Thornton llevada débilmente por el viento.

Sau đó họ nghe thấy giọng nói của Thornton vọng theo gió.

Aunque las palabras no eran claras, sabían que estaba cerca de morir.

Mặc dù lời nói không rõ ràng, nhưng họ biết rằng ông sắp chết.

El sonido de la voz de Thornton golpeó a Buck como una sacudida eléctrica.

Giọng nói của Thornton như một luồng điện giật khiến Buck giật mình.

Saltó y corrió por la orilla, regresando al punto de lanzamiento.

Anh ta nhảy lên và chạy lên bờ, quay trở lại điểm xuất phát.

Nuevamente ataron la cuerda a Buck, y nuevamente entró al arroyo.

Họ lại buộc sợi dây vào Buck và một lần nữa Buck lại bước vào dòng suối.

Esta vez nadó directo y firmemente hacia el agua que palpitaba.

Lần này, anh ta bơi thẳng và mạnh mẽ vào dòng nước đang chảy xiết.

Hans soltó la cuerda con firmeza mientras Pete evitaba que se enredara.
Hans thả sợi dây ra đều đặn trong khi Pete giữ cho nó không bị rối.
Buck nadó con fuerza hasta que estuvo alineado justo encima de Thornton.
Buck bơi thật nhanh cho đến khi tới ngay phía trên Thornton.
Luego se dio la vuelta y se lanzó hacia abajo como un tren a toda velocidad.
Sau đó, anh ta quay lại và lao đi như một chuyến tàu đang chạy hết tốc lực.
Thornton lo vio venir, se preparó y le rodeó el cuello con los brazos.
Thornton thấy anh ta tiến đến, chuẩn bị tinh thần và vòng tay ôm chặt cổ anh ta.
Hans ató la cuerda fuertemente alrededor de un árbol mientras ambos eran arrastrados hacia abajo.
Hans buộc chặt sợi dây thừng quanh một cái cây khi cả hai bị kéo xuống dưới.
Cayeron bajo el agua y se estrellaron contra rocas y escombros del río.
Họ lộn nhào xuống nước, đập vào đá và rác thải trên sông.
En un momento Buck estaba arriba y al siguiente Thornton se levantó jadeando.
Một lúc Buck còn ở trên, ngay sau đó Thornton lại vùng dậy thở hổn hển.
Maltratados y asfixiados, se desviaron hacia la orilla y se pusieron a salvo.
Bị đánh đập và ngạt thở, họ rẽ vào bờ và tìm nơi an toàn.
Thornton recuperó el conocimiento, acostado sobre un tronco a la deriva.
Thornton tỉnh lại và nằm trên một khúc gỗ trôi dạt.
Hans y Pete trabajaron duro para devolverle el aliento y la vida.
Hans và Pete đã phải làm việc rất vất vả để giúp anh ấy lấy lại hơi thở và sự sống.

Su primer pensamiento fue para Buck, que yacía inmóvil y flácido.
Ý nghĩ đầu tiên của anh là về Buck, lúc này đang nằm bất động và mềm nhũn.

Nig aulló sobre el cuerpo de Buck y Skeet le lamió la cara suavemente.
Nig hú lên bên trên xác Buck, còn Skeet thì liếm nhẹ mặt anh.

Thornton, dolorido y magullado, examinó a Buck con manos cuidadosas.
Thornton, đau nhức và bầm tím, kiểm tra Buck bằng đôi tay cẩn thận.

Encontró tres costillas rotas, pero ninguna herida mortal en el perro.
Ông phát hiện con chó bị gãy ba xương sườn nhưng không có vết thương chí mạng nào.

"Eso lo resuelve", dijo Thornton. "Acamparemos aquí". Y así lo hicieron.
"Thế là xong," Thornton nói. "Chúng tôi cắm trại ở đây." Và họ đã làm vậy.

Se quedaron hasta que las costillas de Buck sanaron y pudo caminar nuevamente.
Họ ở lại cho đến khi xương sườn của Buck lành lại và nó có thể đi lại được.

Ese invierno, Buck realizó una hazaña que aumentó aún más su fama.
Mùa đông năm đó, Buck đã thực hiện một chiến công khiến danh tiếng của anh càng thêm nổi tiếng.

Fue menos heroico que salvar a Thornton, pero igual de impresionante.
Hành động này không anh hùng bằng việc cứu Thornton, nhưng cũng ấn tượng không kém.

En Dawson, los socios necesitaban suministros para un viaje lejano.
Tại Dawson, các đối tác cần nhu yếu phẩm cho một cuộc hành trình xa.

Querían viajar hacia el Este, hacia tierras vírgenes y silvestres.
Họ muốn đi về phía Đông, đến những vùng đất hoang sơ chưa ai đặt chân đến.

La escritura de Buck en el Eldorado Saloon hizo posible ese viaje.
Hành động của Buck tại quán rượu Eldorado đã giúp chuyến đi đó trở thành hiện thực.

Todo empezó con hombres alardeando de sus perros mientras bebían.
Mọi chuyện bắt đầu khi những người đàn ông khoe khoang về chú chó của mình trong lúc uống rượu.

La fama de Buck lo convirtió en blanco de desafíos y dudas.
Sự nổi tiếng của Buck khiến ông trở thành mục tiêu của những lời thách thức và nghi ngờ.

Thornton, orgulloso y tranquilo, se mantuvo firme en la defensa del nombre de Buck.
Thornton, tự hào và bình tĩnh, kiên quyết bảo vệ tên tuổi của Buck.

Un hombre dijo que su perro podía levantar doscientos cincuenta kilos con facilidad.
Một người đàn ông cho biết con chó của ông có thể dễ dàng kéo vật nặng năm trăm pound.

Otro dijo seiscientos, y un tercero se jactó de setecientos.
Một người khác nói sáu trăm, người thứ ba khoe khoang bảy trăm.

"¡Pfft!" dijo John Thornton, "Buck puede tirar de un trineo de mil libras".
"Phì!" John Thornton nói, "Buck có thể kéo chiếc xe trượt tuyết nặng một nghìn pound."

Matthewson, un Rey de Bonanza, se inclinó hacia delante y lo desafió.
Matthewson, một vị vua Bonanza, nghiêng người về phía trước và thách thức anh ta.

¿Crees que puede poner tanto peso en movimiento?
"Anh nghĩ anh ta có thể di chuyển được nhiều trọng lượng như vậy không?"

"¿Y crees que puede tirar del peso cien yardas enteras?"
"Và anh nghĩ anh ta có thể kéo được vật đó đi được một trăm thước sao?"
Thornton respondió con frialdad: «Sí. Buck es lo suficientemente bueno como para hacerlo».
Thornton trả lời một cách lạnh lùng, "Đúng vậy. Buck đủ bản lĩnh để làm điều đó."
"Pondrá mil libras en movimiento y las arrastrará cien yardas".
"Anh ta sẽ dùng một ngàn pound để di chuyển và kéo nó đi một trăm yard."
Matthewson sonrió lentamente y se aseguró de que todos los hombres escucharan sus palabras.
Matthewson mỉm cười chậm rãi và đảm bảo mọi người đều nghe rõ lời mình nói.
Tengo mil dólares que dicen que no puede. Ahí está.
"Tôi có một ngàn đô la nói rằng anh ta không thể. Đấy."
Arrojó un saco de polvo de oro del tamaño de una salchicha sobre la barra.
Anh ta ném một túi bụi vàng to bằng xúc xích lên quầy bar.
Nadie dijo una palabra. El silencio se hizo denso y tenso a su alrededor.
Không ai nói một lời. Sự im lặng trở nên nặng nề và căng thẳng xung quanh họ.
El engaño de Thornton —si es que lo hubo— había sido tomado en serio.
Lời đe dọa của Thornton - nếu có - đã được coi trọng.
Sintió que el calor le subía a la cara mientras la sangre le subía a las mejillas.
Anh cảm thấy mặt mình nóng bừng và máu dồn lên má.
En ese momento su lengua se había adelantado a su razón.
Vào khoảnh khắc đó, lưỡi của anh đã đi trước lý trí.
Realmente no sabía si Buck podría mover mil libras.
Anh thực sự không biết liệu Buck có thể di chuyển được một nghìn pound hay không.
¡Media tonelada! Solo su tamaño le hacía sentir un gran peso en el corazón.

Nửa tấn! Chỉ riêng kích thước của nó thôi cũng khiến lòng anh nặng trĩu.

Tenía fe en la fuerza de Buck y creía que era capaz.

Ông tin tưởng vào sức mạnh của Buck và nghĩ rằng anh ta có khả năng.

Pero nunca se había enfrentado a un desafío así, no de esta manera.

Nhưng anh chưa bao giờ phải đối mặt với thử thách như thế này, không giống thế này.

Una docena de hombres lo observaban en silencio, esperando ver qué haría.

Khoảng chục người đàn ông lặng lẽ quan sát anh ta, chờ xem anh ta sẽ làm gì.

Él no tenía el dinero, ni tampoco Hans ni Pete.

Anh ấy không có tiền, Hans và Pete cũng vậy.

"Tengo un trineo afuera", dijo Matthewson fría y directamente.

"Tôi có một chiếc xe trượt tuyết ở bên ngoài," Matthewson lạnh lùng và thẳng thắn nói.

"Está cargado con veinte sacos de cincuenta libras cada uno, todo de harina.

"Nó chứa hai mươi bao, mỗi bao nặng năm mươi pound, toàn là bột mì.

Así que no dejen que un trineo perdido sea su excusa ahora", añadió.

Vì vậy, đừng để việc mất xe trượt tuyết trở thành cái cớ của bạn lúc này," ông nói thêm.

Thornton permaneció en silencio. No sabía qué decir.

Thornton đứng im lặng. Anh không biết phải nói gì.

Miró a su alrededor los rostros sin verlos con claridad.

Anh nhìn quanh những khuôn mặt nhưng không nhìn rõ họ.

Parecía un hombre congelado en sus pensamientos, intentando reiniciarse.

Anh ấy trông như một người đang chìm đắm trong suy nghĩ, cố gắng khởi động lại.

Luego vio a Jim O'Brien, un amigo de la época de Mastodon.

Sau đó anh gặp Jim O'Brien, một người bạn từ thời Mastodon.

Ese rostro familiar le dio un coraje que no sabía que tenía.
Gương mặt quen thuộc đó đã mang lại cho anh sự can đảm mà anh không biết mình có.

Se giró y preguntó en voz baja: "¿Puedes prestarme mil?"
Anh ta quay lại và hỏi nhỏ: "Anh có thể cho tôi vay một nghìn không?"

"Claro", dijo O'Brien, dejando caer un pesado saco junto al oro.
"Được thôi," O'Brien nói, thả một bao tải nặng xuống cạnh vàng.

"Pero la verdad, John, no creo que la bestia pueda hacer esto".
"Nhưng thực sự mà nói, John, tôi không tin con quái vật đó có thể làm được điều này."

Todos los que estaban en el Eldorado Saloon corrieron hacia afuera para ver el evento.
Mọi người ở quán Eldorado Saloon đều chạy ra ngoài để xem sự việc.

Abandonaron las mesas y las bebidas, e incluso los juegos se pausaron.
Họ để lại bàn ghế và đồ uống, thậm chí cả trò chơi cũng phải tạm dừng.

Comerciantes y jugadores acudieron para presenciar el final de la audaz apuesta.
Những người chia bài và con bạc đến để chứng kiến kết thúc của vụ cá cược táo bạo này.

Cientos de personas se reunieron alrededor del trineo en la calle helada y abierta.
Hàng trăm người tụ tập quanh chiếc xe trượt tuyết trên con phố đóng băng.

El trineo de Matthewson estaba cargado con un montón de sacos de harina.
Chiếc xe trượt tuyết của Matthewson chất đầy những bao bột mì.

El trineo había permanecido parado durante horas a temperaturas bajo cero.
Chiếc xe trượt tuyết đã nằm đó nhiều giờ ở nhiệt độ âm.

Los patines del trineo estaban congelados y pegados a la nieve compacta.
Các thanh trượt của xe trượt tuyết bị đóng chặt vào lớp tuyết dày.
Los hombres ofrecieron dos a uno de que Buck no podría mover el trineo.
Mọi người đưa ra tỷ lệ cược hai ăn một là Buck không thể di chuyển được chiếc xe trượt tuyết.
Se desató una disputa sobre lo que realmente significaba "break out".
Một cuộc tranh cãi nổ ra về ý nghĩa thực sự của từ "bùng nổ".
O'Brien dijo que Thornton debería aflojar la base congelada del trineo.
O'Brien nói Thornton nên nới lỏng phần đế đóng băng của xe trượt tuyết.
Buck pudo entonces "escapar" de un comienzo sólido e inmóvil.
Sau đó, Buck có thể "bứt phá" từ một khởi đầu vững chắc, bất động.
Matthewson argumentó que el perro también debe liberar a los corredores.
Matthewson cho rằng con chó cũng phải giải thoát cho những người chạy trốn.
Los hombres que habían escuchado la apuesta estuvieron de acuerdo con la opinión de Matthewson.
Những người đàn ông nghe cuộc cá cược đều đồng ý với quan điểm của Matthewson.
Con esa decisión, las probabilidades aumentaron a tres a uno en contra de Buck.
Với phán quyết đó, tỷ lệ cược cho chiến thắng của Buck tăng lên ba ăn một.
Nadie se animó a asumir las crecientes probabilidades de tres a uno.
Không ai tiến lên để chấp nhận tỷ lệ cược ba ăn một ngày càng tăng.
Ningún hombre creyó que Buck pudiera realizar la gran hazaña.

Không một ai tin rằng Buck có thể thực hiện được chiến công vĩ đại đó.

Thornton se había apresurado a hacer la apuesta, cargado de dudas.

Thornton đã vội vã tham gia vụ cá cược này với lòng đầy nghi ngờ.

Ahora miró el trineo y el equipo de diez perros que estaba a su lado.

Bây giờ anh nhìn vào chiếc xe trượt tuyết và đội mười con chó bên cạnh.

Ver la realidad de la tarea la hizo parecer más imposible.

Nhìn thấy thực tế của nhiệm vụ khiến nó có vẻ bất khả thi hơn.

Matthewson estaba lleno de orgullo y confianza en ese momento.

Matthewson tràn đầy tự hào và tự tin vào khoảnh khắc đó.

—¡Tres a uno! —gritó—. ¡Apuesto mil más, Thornton!

"Ba ăn một!" anh ta hét lên. "Tôi cược thêm một ngàn nữa, Thornton!"

"¿Qué dices?" añadió lo suficientemente alto para que todos lo oyeran.

"Anh nói sao?" anh ấy nói thêm, đủ lớn để mọi người đều nghe thấy.

El rostro de Thornton mostraba sus dudas, pero su ánimo se había elevado.

Gương mặt Thornton lộ rõ vẻ nghi ngờ, nhưng tinh thần của ông đã phấn chấn trở lại.

Ese espíritu de lucha ignoraba las probabilidades y no temía a nada en absoluto.

Tinh thần chiến đấu đó không màng đến nghịch cảnh và không hề sợ hãi điều gì cả.

Llamó a Hans y Pete para que trajeran todo su dinero a la mesa.

Anh ta gọi Hans và Pete mang toàn bộ tiền mặt đến bàn.

Les quedaba poco: sólo doscientos dólares en total.

Họ chỉ còn lại rất ít tiền, tổng cộng chỉ có hai trăm đô la.

Esta pequeña suma constituía su fortuna total en tiempos difíciles.
Số tiền nhỏ này là toàn bộ tài sản của họ trong thời kỳ khó khăn.
Aún así, apostaron toda su fortuna contra la apuesta de Matthewson.
Tuy nhiên, họ vẫn đặt cược toàn bộ số tiền vào vụ cá cược của Matthewson.
El equipo de diez perros fue desenganchado y se alejó del trineo.
Đội mười con chó được tháo dây buộc và di chuyển ra xa xe trượt tuyết.
Buck fue colocado en las riendas, vistiendo su arnés familiar.
Buck được đặt vào dây cương, mặc bộ đồ quen thuộc.
Había captado la energía de la multitud y sentía la tensión.
Anh đã cảm nhận được năng lượng của đám đông và sự căng thẳng.
De alguna manera, sabía que tenía que hacer algo por John Thornton.
Bằng cách nào đó, anh biết mình phải làm điều gì đó cho John Thornton.
La gente murmuraba con admiración ante la orgullosa figura del perro.
Mọi người thì thầm ngưỡng mộ dáng vẻ kiêu hãnh của chú chó.
Era delgado y fuerte, sin un solo gramo de carne extra.
Ông ấy gầy và khỏe, không hề có một chút thịt thừa nào.
Su peso total de ciento cincuenta libras era todo potencia y resistencia.
Toàn bộ sức nặng một trăm năm mươi pound của anh chính là sức mạnh và sức bền.
El pelaje de Buck brillaba como la seda, espeso y saludable.
Bộ lông của Buck sáng bóng như lụa, dày dặn, khỏe mạnh và mạnh mẽ.
El pelaje a lo largo de su cuello y hombros pareció levantarse y erizarse.

Bộ lông dọc theo cổ và vai của anh ta dường như dựng đứng và dựng ngược lên.

Su melena se movía levemente, cada cabello vivo con su gran energía.

Mái bờm của anh ta khẽ rung động, từng sợi tóc đều tràn đầy năng lượng mạnh mẽ.

Su pecho ancho y sus piernas fuertes hacían juego con su cuerpo pesado y duro.

Bộ ngực rộng và đôi chân khỏe mạnh của anh tương xứng với thân hình to lớn, rắn chắc của anh.

Los músculos se ondulaban bajo su abrigo, tensos y firmes como hierro.

Những cơ bắp nổi lên dưới lớp áo khoác, săn chắc và cứng cáp như sắt thép.

Los hombres lo tocaron y juraron que estaba construido como una máquina de acero.

Mọi người chạm vào anh và thề rằng anh được tạo ra giống như một cỗ máy bằng thép.

Las probabilidades bajaron levemente a dos a uno contra el gran perro.

Tỷ lệ cược giảm nhẹ xuống còn hai ăn một trước chú chó lớn.

Un hombre de los bancos Skookum se adelantó, tartamudeando.

Một người đàn ông từ Skookum Benches tiến về phía trước, lắp bắp.

—¡Bien, señor! ¡Ofrezco ochocientas libras por él, antes del examen, señor!

"Tốt, thưa ngài! Tôi trả tám trăm cho anh ta—trước khi thử nghiệm, thưa ngài!"

"¡Ochocientos, tal como está ahora mismo!" insistió el hombre.

"Tám trăm, như anh ta đang đứng bây giờ!" người đàn ông khăng khăng.

Thornton dio un paso adelante, sonrió y meneó la cabeza con calma.

Thornton bước tới, mỉm cười và lắc đầu bình tĩnh.

Matthewson intervino rápidamente con una voz de advertencia y el ceño fruncido.
Matthewson nhanh chóng bước vào với giọng cảnh báo và cau mày.

—Debes alejarte de él —dijo—. Dale espacio.
"Anh phải tránh xa anh ấy ra," anh nói. "Cho anh ấy không gian."

La multitud quedó en silencio; sólo los jugadores seguían ofreciendo dos a uno.
Đám đông trở nên im lặng, chỉ còn những con bạc vẫn cược hai ăn một.

Todos admiraban la complexión de Buck, pero la carga parecía demasiado grande.
Mọi người đều ngưỡng mộ vóc dáng của Buck, nhưng tải trọng của nó trông có vẻ quá lớn.

Veinte sacos de harina, cada uno de cincuenta libras de peso, parecían demasiados.
Hai mươi bao bột mì, mỗi bao nặng năm mươi pound, có vẻ quá nhiều.

Nadie estaba dispuesto a abrir su bolsa y arriesgar su dinero.
Không ai muốn mở túi và mạo hiểm tiền bạc của mình cả.

Thornton se arrodilló junto a Buck y tomó su cabeza con ambas manos.
Thornton quỳ xuống bên cạnh Buck và nắm đầu nó bằng cả hai tay.

Presionó su mejilla contra la de Buck y le habló al oído.
Anh áp má mình vào má Buck và nói vào tai cậu.

Ya no había apretones juguetones ni susurros de insultos amorosos.
Bây giờ không còn sự bắt tay vui vẻ hay thì thầm những lời lăng mạ yêu thương nữa.

Él sólo murmuró suavemente: "Tanto como me amas, Buck".
Anh chỉ thì thầm nhẹ nhàng: "Em yêu anh nhiều như anh yêu em vậy, Buck."

Buck dejó escapar un gemido silencioso, su entusiasmo apenas fue contenido.

Buck khẽ rên lên, sự háo hức của nó gần như không thể kiềm chế được.

Los espectadores observaron con curiosidad cómo la tensión llenaba el aire.

Những người chứng kiến tò mò theo dõi bầu không khí căng thẳng bao trùm.

El momento parecía casi irreal, como algo más allá de la razón.

Khoảnh khắc đó gần như không thực, giống như một điều gì đó vượt quá lý trí.

Cuando Thornton se puso de pie, Buck tomó suavemente su mano entre sus mandíbulas.

Khi Thornton đứng dậy, Buck nhẹ nhàng nắm lấy tay anh.

Presionó con los dientes y luego lo soltó lenta y suavemente.

Anh ta dùng răng ấn xuống rồi từ từ và nhẹ nhàng buông ra.

Fue una respuesta silenciosa de amor, no dicha, pero entendida.

Đó là câu trả lời thầm lặng của tình yêu, không nói ra nhưng được hiểu.

Thornton se alejó bastante del perro y dio la señal.

Thornton bước xa khỏi con chó và ra hiệu.

—Ahora, Buck —dijo, y Buck respondió con calma y concentración.

"Được rồi, Buck," anh nói, và Buck đáp lại bằng sự bình tĩnh tập trung.

Buck apretó las correas y luego las aflojó unos centímetros.

Buck siết chặt các dây xích, rồi nới lỏng chúng ra vài inch.

Éste era el método que había aprendido; su manera de romper el trineo.

Đây là phương pháp anh đã học được; cách anh dùng để phá hỏng chiếc xe trượt tuyết.

—¡Caramba! —gritó Thornton con voz aguda en el pesado silencio.

"Chết tiệt!" Thornton hét lên, giọng anh sắc nhọn trong sự im lặng nặng nề.

Buck giró hacia la derecha y se lanzó con todo su peso.

Buck quay sang phải và lao tới với toàn bộ sức mạnh của mình.

La holgura desapareció y la masa total de Buck golpeó las cuerdas apretadas.

Sự chùng xuống biến mất và toàn bộ sức mạnh của Buck chạm vào dây kéo chặt chẽ.

El trineo tembló y los patines produjeron un crujido crujiente.

Chiếc xe trượt tuyết rung chuyển và những thanh trượt phát ra tiếng kêu lách tách giòn tan.

—¡Ja! —ordenó Thornton, cambiando nuevamente la dirección de Buck.

"Haw!" Thornton ra lệnh, lại chuyển hướng của Buck.

Buck repitió el movimiento, esta vez tirando bruscamente hacia la izquierda.

Buck lặp lại động tác đó, lần này kéo mạnh về phía bên trái.

El trineo crujió más fuerte y los patines crujieron y se movieron.

Tiếng kêu răng rắc của chiếc xe trượt tuyết ngày một lớn hơn, các thanh trượt cũng kêu răng rắc và dịch chuyển.

La pesada carga se deslizó ligeramente hacia un lado sobre la nieve congelada.

Vật nặng trượt nhẹ sang một bên trên lớp tuyết đóng băng.

¡El trineo se había soltado del sendero helado!

Chiếc xe trượt tuyết đã thoát khỏi sự kìm kẹp của con đường băng giá!

Los hombres contenían la respiración, sin darse cuenta de que ni siquiera estaban respirando.

Mọi người nín thở, không hề biết rằng họ thậm chí không thở.

—¡Ahora, TIRA! —gritó Thornton a través del silencio helado.

"Bây giờ, KÉO!" Thornton hét lớn trong sự im lặng lạnh giá.

La orden de Thornton sonó aguda, como el chasquido de un látigo.

Mệnh lệnh của Thornton vang lên sắc bén như tiếng roi quất.

Buck se lanzó hacia adelante con una estocada feroz y estremecedora.

Buck lao mình về phía trước với một cú lao mạnh mẽ và dữ dội.

Todo su cuerpo se tensó y se arrugó por la enorme tensión.
Toàn bộ cơ thể anh căng cứng và co lại vì sức ép quá lớn.

Los músculos se ondulaban bajo su pelaje como serpientes que cobraban vida.
Những cơ bắp nổi lên dưới bộ lông của anh như những con rắn đang sống lại.

Su gran pecho estaba bajo y la cabeza estirada hacia delante, hacia el trineo.
Bộ ngực lớn của nó hạ thấp, đầu vươn về phía trước hướng về phía chiếc xe trượt tuyết.

Sus patas se movían como un rayo y sus garras cortaban el suelo helado.
Bàn chân của nó di chuyển nhanh như chớp, móng vuốt cắt nát mặt đất đóng băng.

Los surcos se abrieron profundos mientras luchaba por cada centímetro de tracción.
Các rãnh được cắt sâu khi anh cố gắng giành từng inch lực kéo.

El trineo se balanceó, tembló y comenzó un movimiento lento e inquieto.
Chiếc xe trượt tuyết rung lắc, lắc lư và bắt đầu chuyển động chậm chạp, khó khăn.

Un pie resbaló y un hombre entre la multitud gimió en voz alta.
Một bàn chân trượt đi, và một người đàn ông trong đám đông rên lên thành tiếng.

Entonces el trineo se lanzó hacia adelante con un movimiento brusco y espasmódico.
Sau đó, chiếc xe trượt tuyết lao về phía trước theo một chuyển động giật mạnh và thô bạo.

No se detuvo de nuevo: media pulgada... una pulgada... dos pulgadas más.
Nó không dừng lại nữa—nửa inch...một inch...hai inch nữa.

Los tirones se hicieron más pequeños a medida que el trineo empezó a ganar velocidad.

Những cú giật trở nên nhỏ hơn khi chiếc xe trượt tuyết bắt đầu tăng tốc.
Pronto Buck estaba tirando con una potencia suave, uniforme y rodante.
Chẳng mấy chốc, Buck đã kéo được một lực lăn đều và êm ái.
Los hombres jadearon y finalmente recordaron respirar de nuevo.
Mọi người thở hổn hển và cuối cùng cũng nhớ ra phải thở lại.
No se habían dado cuenta de que su respiración se había detenido por el asombro.
Họ không nhận ra hơi thở của mình đã ngừng lại vì kinh ngạc.
Thornton corrió detrás, gritando órdenes breves y alegres.
Thornton chạy theo sau, ra lệnh ngắn gọn và vui vẻ.
Más adelante había una pila de leña que marcaba la distancia.
Phía trước là một đống củi đánh dấu khoảng cách.
A medida que Buck se acercaba a la pila, los vítores se hacían cada vez más fuertes.
Khi Buck tiến gần đến đống củi, tiếng reo hò ngày càng lớn hơn.
Los aplausos aumentaron hasta convertirse en un rugido cuando Buck pasó el punto final.
Tiếng reo hò vang lên khi Buck vượt qua điểm đích.
Los hombres saltaron y gritaron, incluso Matthewson sonrió.
Mọi người nhảy cẫng lên và la hét, ngay cả Matthewson cũng cười toe toét.
Los sombreros volaron por el aire y los guantes fueron arrojados sin pensar ni rumbo.
Những chiếc mũ bay lên không trung, găng tay được ném đi mà không suy nghĩ hay nhắm mục tiêu.
Los hombres se abrazaron y se dieron la mano sin saber a quién.
Những người đàn ông nắm lấy tay nhau và bắt tay mà không biết là ai.
Toda la multitud vibró en una celebración salvaje y alegre.
Toàn thể đám đông xôn xao trong niềm vui hân hoan, phấn khích.

Thornton cayó de rodillas junto a Buck con manos temblorosas.

Thornton quỳ xuống bên cạnh Buck với đôi tay run rẩy.

Apretó su cabeza contra la de Buck y lo sacudió suavemente hacia adelante y hacia atrás.

Anh áp đầu mình vào đầu Buck và lắc nhẹ nó qua lại.

Los que se acercaron le oyeron maldecir al perro con silencioso amor.

Những người đến gần đều nghe thấy anh ta chửi con chó một cách lặng lẽ.

Maldijo a Buck durante un largo rato, suavemente, cálidamente, con emoción.

Anh ta chửi Buck rất lâu - nhẹ nhàng, nồng nhiệt, đầy cảm xúc.

—¡Bien, señor! ¡Bien, señor! —gritó el rey del Banco Skookum a toda prisa.

"Tốt lắm, thưa ngài! Tốt lắm, thưa ngài!" Vua Skookum Bench vội vã kêu lên.

—¡Le daré mil, no, mil doscientos, por ese perro, señor!

"Tôi sẽ trả cho ông một nghìn, không, một nghìn hai trăm, cho con chó đó, thưa ông!"

Thornton se puso de pie lentamente, con los ojos brillantes de emoción.

Thornton từ từ đứng dậy, đôi mắt sáng lên đầy cảm xúc.

Las lágrimas corrían abiertamente por sus mejillas sin ninguna vergüenza.

Nước mắt tuôn rơi trên má anh mà không hề xấu hổ.

"Señor", le dijo al rey del Banco Skookum, firme y firme.

"Thưa ngài," anh ta nói với vua Skookum Bench, giọng đều đều và kiên định

—No, señor. Puede irse al infierno, señor. Esa es mi última respuesta.

"Không, thưa ngài. Ngài có thể xuống địa ngục, thưa ngài. Đó là câu trả lời cuối cùng của tôi."

Buck agarró suavemente la mano de Thornton con sus fuertes mandíbulas.

Buck nhẹ nhàng nắm lấy tay Thornton bằng bộ hàm khỏe mạnh của mình.

Thornton lo sacudió juguetonamente; su vínculo era más profundo que nunca.

Thornton lắc anh một cách vui vẻ, mối quan hệ của họ vẫn sâu sắc như ngày nào.

La multitud, conmovida por el momento, retrocedió en silencio.

Đám đông, xúc động trước khoảnh khắc đó, đã lùi lại trong im lặng.

Desde entonces nadie se atrevió a interrumpir tan sagrado afecto.

Từ đó trở đi, không ai dám làm gián đoạn tình cảm thiêng liêng đó nữa.

El sonido de la llamada
Tiếng gọi

Buck había ganado mil seiscientos dólares en cinco minutos.
Buck đã kiếm được một nghìn sáu trăm đô la trong năm phút.
El dinero permitió a John Thornton pagar algunas de sus deudas.
Số tiền này giúp John Thornton trả bớt một số khoản nợ.
Con el resto del dinero se dirigió al Este con sus socios.
Với số tiền còn lại, ông cùng các cộng sự của mình đi về phía Đông.
Buscaban una legendaria mina perdida, tan antigua como el país mismo.
Họ tìm kiếm một mỏ vàng bị mất tích trong truyền thuyết, có niên đại lâu đời như chính đất nước này.
Muchos hombres habían buscado la mina, pero pocos la habían encontrado.
Nhiều người đã đi tìm mỏ, nhưng rất ít người tìm thấy nó.
Más de unos pocos hombres habían desaparecido durante la peligrosa búsqueda.
Không ít người đã biến mất trong cuộc hành trình nguy hiểm này.
Esta mina perdida estaba envuelta en misterio y vieja tragedia.
Mỏ than bị mất này ẩn chứa cả sự bí ẩn và bi kịch cũ.
Nadie sabía quién había sido el primer hombre que encontró la mina.
Không ai biết người đầu tiên tìm ra mỏ là ai.
Las historias más antiguas no mencionan a nadie por su nombre.
Những câu chuyện cổ nhất không nhắc đến tên bất kỳ ai.
Siempre había habido allí una antigua y destartalada cabaña.
Ở đó luôn có một túp lều cũ kỹ, ọp ẹp.
Los hombres moribundos habían jurado que había una mina al lado de aquella vieja cabaña.

Những người đàn ông hấp hối đã thề rằng có một mỏ bên cạnh ngôi nhà gỗ cũ đó.

Probaron sus historias con oro como ningún otro en ningún otro lugar.

Họ đã chứng minh câu chuyện của mình bằng vàng mà không nơi nào có được.

Ningún alma viviente había jamás saqueado el tesoro de aquel lugar.

Chưa có một sinh vật sống nào có thể cướp được kho báu ở nơi đó.

Los muertos estaban muertos, y los muertos no cuentan historias.

Người chết đã chết, và người chết thì không kể lại chuyện gì.

Entonces Thornton y sus amigos se dirigieron al Este.

Vì vậy Thornton và bạn bè của ông đã tiến về phía Đông.

Pete y Hans se unieron, trayendo a Buck y seis perros fuertes.

Pete và Hans cũng tham gia, mang theo Buck và sáu chú chó khỏe mạnh.

Se embarcaron en un camino desconocido donde otros habían fracasado.

Họ bắt đầu đi theo một con đường chưa ai biết đến mà nhiều người khác đã thất bại.

Se deslizaron en trineo setenta millas por el congelado río Yukón.

Họ trượt tuyết bảy mươi dặm trên dòng sông Yukon đóng băng.

Giraron a la izquierda y siguieron el sendero hacia Stewart.

Họ rẽ trái và đi theo con đường mòn vào Stewart.

Pasaron Mayo y McQuestion y siguieron adelante.

Họ đi qua Mayo và McQuestion và tiến xa hơn.

El río Stewart se encogió y se convirtió en un arroyo, atravesando picos irregulares.

Sông Stewart co lại thành một dòng suối, len lỏi qua những đỉnh núi gồ ghề.

Estos picos afilados marcaban la columna vertebral del continente.

Những đỉnh núi nhọn này đánh dấu chính xương sống của lục địa.

John Thornton exigía poco a los hombres y a la tierra salvaje.

John Thornton không đòi hỏi nhiều ở con người hay vùng đất hoang dã.

No temía a nada de la naturaleza y se enfrentaba a lo salvaje con facilidad.

Ông không sợ bất cứ điều gì trong thiên nhiên và đối mặt với thiên nhiên hoang dã một cách dễ dàng.

Con sólo sal y un rifle, podría viajar a donde quisiera.

Chỉ cần muối và một khẩu súng trường, anh ta có thể đi đến bất cứ nơi nào mình muốn.

Al igual que los nativos, cazaba alimentos mientras viajaba.

Giống như người bản xứ, ông săn bắt thức ăn trong suốt cuộc hành trình.

Si no pescaba nada, seguía adelante, confiando en que la suerte le acompañaría.

Nếu không bắt được gì, anh ta vẫn tiếp tục đi, tin tưởng vào may mắn phía trước.

En este largo viaje, la carne era lo principal que comían.

Trong chuyến đi dài này, thịt là thức ăn chính của họ.

El trineo contenía herramientas y municiones, pero no un horario estricto.

Chiếc xe trượt tuyết chở theo dụng cụ và đạn dược, nhưng không có thời gian biểu cụ thể.

A Buck le encantaba este vagabundeo, la caza y la pesca interminables.

Buck thích thú với việc lang thang này; săn bắn và câu cá bất tận.

Durante semanas estuvieron viajando día tras día.

Trong nhiều tuần, họ đi du lịch liên tục ngày này qua ngày khác.

Otras veces montaban campamentos y permanecían allí durante semanas.

Những lần khác, họ dựng trại và ở lại đó trong nhiều tuần.

Los perros descansaron mientras los hombres cavaban en la tierra congelada.

Những chú chó nghỉ ngơi trong khi những người đàn ông đào bới trong lớp đất đóng băng.

Calentaron sartenes sobre el fuego y buscaron oro escondido.
Họ hơ chảo trên lửa và tìm kiếm vàng ẩn giấu.

Algunos días pasaban hambre y otros días tenían fiestas.
Có ngày họ phải chịu đói, có ngày họ lại mở tiệc.

Sus comidas dependían de la presa y de la suerte de la caza.
Bữa ăn của họ phụ thuộc vào trò chơi và may mắn khi đi săn.

Cuando llegaba el verano, los hombres y los perros cargaban cargas sobre sus espaldas.
Khi mùa hè đến, đàn ông và chó thường chất nhiều đồ đạc lên lưng.

Navegaron por lagos azules escondidos en bosques de montaña.
Họ đi bè qua những hồ nước xanh ẩn mình trong những khu rừng trên núi.

Navegaban en delgadas embarcaciones por ríos que ningún hombre había cartografiado jamás.
Họ chèo những chiếc thuyền mỏng trên những dòng sông mà chưa ai từng vẽ bản đồ.

Esos barcos se construyeron a partir de árboles que cortaban en la naturaleza.
Những chiếc thuyền đó được đóng từ những cây họ cưa trong tự nhiên.

Los meses pasaron y ellos serpentearon por tierras salvajes y desconocidas.
Nhiều tháng trôi qua, họ đi qua những vùng đất hoang dã chưa được biết đến.

No había hombres allí, aunque había rastros antiguos que indicaban que había habido hombres.
Không có người đàn ông nào ở đó, nhưng những dấu vết cũ cho thấy đã từng có người đàn ông ở đó.

Si la Cabaña Perdida fue real, entonces otras personas habían pasado por allí alguna vez.
Nếu Lost Cabin là có thật thì đã từng có người đi qua đây.

Cruzaron pasos altos en medio de tormentas de nieve, incluso en verano.
Họ vượt qua những con đèo cao trong bão tuyết, ngay cả vào mùa hè.

Temblaban bajo el sol de medianoche en las laderas desnudas de las montañas.
Họ run rẩy dưới ánh mặt trời lúc nửa đêm trên những sườn núi trơ trụi.

Entre la línea de árboles y los campos de nieve, subieron lentamente.
Giữa hàng cây và bãi tuyết, họ leo lên chậm rãi.

En los valles cálidos, aplastaban nubes de mosquitos y moscas.
Ở những thung lũng ấm áp, họ đập tan những đám ruồi và muỗi.

Recogieron bayas dulces cerca de los glaciares en plena floración del verano.
Họ hái những quả mọng ngọt gần các sông băng đang nở rộ vào mùa hè.

Las flores que encontraron eran tan hermosas como las de las Tierras del Sur.
Những bông hoa họ tìm thấy cũng đẹp như những bông hoa ở miền Nam.

Ese otoño llegaron a una región solitaria llena de lagos silenciosos.
Mùa thu năm đó, họ đến một vùng đất vắng vẻ với những hồ nước yên tĩnh.

La tierra estaba triste y vacía, una vez llena de pájaros y bestias.
Vùng đất này buồn bã và trống trải, trước kia từng có nhiều loài chim và thú sinh sống.

Ahora no había vida, sólo el viento y el hielo formándose en charcos.
Bây giờ không còn sự sống nữa, chỉ còn gió và băng hình thành trong các vũng nước.

Las olas golpeaban las orillas vacías con un sonido suave y triste.

Sóng vỗ vào bờ vắng vẻ với âm thanh nhẹ nhàng, buồn thảm.

Llegó otro invierno y volvieron a seguir los viejos y tenues senderos.
Một mùa đông nữa lại đến, và họ lại đi theo những con đường mòn cũ kỹ, mờ nhạt.
Éstos eran los rastros de hombres que habían buscado mucho antes que ellos.
Đây là dấu vết của những người đã tìm kiếm trước họ từ lâu.
Un día encontraron un camino que se adentraba profundamente en el bosque oscuro.
Một lần họ tìm thấy một con đường mòn sâu vào khu rừng tối tăm.
Era un sendero antiguo y sintieron que la cabaña perdida estaba cerca.
Đó là một con đường mòn cũ và họ cảm thấy căn nhà gỗ bị mất ở gần đó.
Pero el sendero no conducía a ninguna parte y se perdía en el espeso bosque.
Nhưng con đường mòn chẳng dẫn tới đâu cả mà lại chìm sâu vào trong khu rừng rậm rạp.
Nadie sabe quién hizo el sendero ni por qué lo hizo.
Không ai biết ai là người đã tạo ra con đường này và tại sao họ lại tạo ra nó.
Más tarde encontraron los restos de una cabaña escondidos entre los árboles.
Sau đó, họ tìm thấy xác một ngôi nhà gỗ ẩn giữa những cái cây.
Mantas podridas yacían esparcidas donde alguna vez alguien había dormido.
Những tấm chăn mục nát nằm rải rác ở nơi mà ai đó từng ngủ.
John Thornton encontró una pistola de chispa de cañón largo enterrada en el interior.
John Thornton tìm thấy một khẩu súng hỏa mai nòng dài được chôn bên trong.

Sabía que se trataba de un cañón de la Bahía de Hudson desde los primeros días de su comercialización.
Ông biết đây là súng Hudson Bay từ những ngày đầu giao dịch.
En aquella época, estas armas se intercambiaban por montones de pieles de castor.
Vào thời đó, những khẩu súng như vậy được trao đổi để lấy những chồng da hải ly.
Eso fue todo: no quedó ninguna pista del hombre que construyó el albergue.
Chỉ có thế thôi—không còn manh mối nào về người đàn ông đã xây dựng ngôi nhà nghỉ.

Llegó nuevamente la primavera y no encontraron ninguna señal de la Cabaña Perdida.
Mùa xuân lại đến và họ vẫn không tìm thấy dấu hiệu nào của Căn nhà gỗ bị mất.
En lugar de eso encontraron un valle amplio con un arroyo poco profundo.
Thay vào đó, họ tìm thấy một thung lũng rộng với một dòng suối nông.
El oro se extendía sobre el fondo de las sartenes como mantequilla suave y amarilla.
Vàng trải khắp đáy chảo như bơ vàng mịn.
Se detuvieron allí y no buscaron más la cabaña.
Họ dừng lại ở đó và không tiếp tục tìm kiếm căn nhà gỗ nữa.
Cada día trabajaban y encontraban miles en polvo de oro.
Mỗi ngày họ làm việc và tìm thấy hàng ngàn hạt bụi vàng.
Empaquetaron el oro en bolsas de piel de alce, de cincuenta libras cada una.
Họ đóng gói vàng vào những túi da nai, mỗi túi nặng năm mươi pound.
Las bolsas estaban apiladas como leña afuera de su pequeña cabaña.
Những chiếc túi được xếp chồng lên nhau như củi bên ngoài căn nhà nhỏ của họ.

Trabajaron como gigantes y los días pasaban como sueños rápidos.
Họ làm việc như những người khổng lồ, và những ngày tháng trôi qua như một giấc mơ ngắn ngủi.
Acumularon tesoros a medida que los días interminables transcurrían rápidamente.
Họ tích lũy của cải khi những ngày tháng vô tận trôi qua nhanh chóng.
Los perros no tenían mucho que hacer excepto transportar carne de vez en cuando.
Lũ chó chẳng có việc gì làm ngoài việc thỉnh thoảng kéo thịt.
Thornton cazó y mató el animal, y Buck se quedó tendido junto al fuego.
Thornton săn và giết chết con mồi, còn Buck nằm bên đống lửa.
Pasó largas horas en silencio, perdido en sus pensamientos y recuerdos.
Ông dành nhiều giờ trong im lặng, đắm chìm trong suy nghĩ và ký ức.
La imagen del hombre peludo venía cada vez más a la mente de Buck.
Hình ảnh người đàn ông lông lá đó thường xuyên xuất hiện trong tâm trí Buck.
Ahora que el trabajo escaseaba, Buck soñaba mientras parpadeaba ante el fuego.
Bây giờ công việc trở nên khan hiếm, Buck mơ màng trong khi chớp mắt nhìn ngọn lửa.
En esos sueños, Buck vagaba con el hombre en otro mundo.
Trong những giấc mơ đó, Buck lang thang cùng người đàn ông ở một thế giới khác.
El miedo parecía el sentimiento más fuerte en ese mundo distante.
Sợ hãi dường như là cảm giác mạnh mẽ nhất trong thế giới xa xôi ấy.
Buck vio al hombre peludo dormir con la cabeza gacha.
Buck nhìn thấy người đàn ông lông lá kia ngủ với đầu cúi thấp.

Tenía las manos entrelazadas y su sueño era inquieto y entrecortado.
Hai bàn tay anh nắm chặt, giấc ngủ không yên và chập chờn.
Solía despertarse sobresaltado y mirar con miedo hacia la oscuridad.
Ông thường giật mình tỉnh giấc và nhìn chằm chằm vào bóng tối một cách sợ hãi.
Luego echaba más leña al fuego para mantener la llama brillante.
Sau đó, anh ta ném thêm củi vào lửa để giữ ngọn lửa sáng.
A veces caminaban por una playa junto a un mar gris e interminable.
Đôi khi họ đi bộ dọc theo bãi biển, bên cạnh một vùng biển xám xịt, vô tận.
El hombre peludo recogía mariscos y los comía mientras caminaba.
Người đàn ông lông lá này vừa đi vừa nhặt sò và ăn.
Sus ojos buscaban siempre peligros ocultos en las sombras.
Đôi mắt anh luôn tìm kiếm những mối nguy hiểm tiềm ẩn trong bóng tối.
Sus piernas siempre estaban listas para correr ante la primera señal de amenaza.
Đôi chân của anh luôn sẵn sàng chạy nước rút khi có dấu hiệu đe dọa đầu tiên.
Se arrastraron por el bosque, silenciosos y cautelosos, uno al lado del otro.
Họ rón rén đi qua khu rừng, im lặng và thận trọng, song hành cùng nhau.
Buck lo siguió de cerca y ambos se mantuvieron alerta.
Buck bám sát theo sau, và cả hai đều giữ thái độ cảnh giác.
Sus orejas se movían y temblaban, sus narices olfateaban el aire.
Tai chúng giật giật và chuyển động, mũi chúng hít ngửi không khí.
El hombre podía oír y oler el bosque tan agudamente como Buck.

Người đàn ông có thể nghe và ngửi thấy mùi của khu rừng nhạy bén như Buck.

El hombre peludo se balanceó entre los árboles con una velocidad repentina.

Người đàn ông lông lá lao nhanh qua những cái cây với tốc độ đột ngột.

Saltaba de rama en rama sin perder nunca su agarre.

Anh ta nhảy từ cành cây này sang cành cây khác mà không hề trượt tay.

Se movió tan rápido sobre el suelo como sobre él.

Anh ta di chuyển trên mặt đất cũng nhanh như khi ở trên mặt đất.

Buck recordó las largas noches bajo los árboles, haciendo guardia.

Buck nhớ lại những đêm dài thức trắng dưới gốc cây để canh gác.

El hombre dormía recostado en las ramas, aferrado fuertemente.

Người đàn ông ngủ trên cành cây, bám chặt vào đó.

Esta visión del hombre peludo estaba estrechamente ligada al llamado profundo.

Hình ảnh người đàn ông lông lá này gắn chặt với tiếng gọi sâu thẳm.

El llamado aún resonaba en el bosque con una fuerza inquietante.

Tiếng gọi vẫn vang vọng khắp khu rừng với sức mạnh ám ảnh.

La llamada llenó a Buck de anhelo y una inquieta sensación de alegría.

Tiếng gọi đó khiến Buck tràn ngập nỗi khao khát và cảm giác vui sướng vô bờ.

Sintió impulsos y agitaciones extrañas que no podía nombrar.

Anh cảm thấy những thôi thúc và sự thôi thúc kỳ lạ mà anh không thể gọi tên.

A veces seguía la llamada hasta lo profundo del tranquilo bosque.

Đôi khi anh ta đi theo tiếng gọi vào sâu trong khu rừng yên tĩnh.

Buscó el llamado, ladrando suave o agudamente mientras caminaba.

Anh ta tìm kiếm tiếng gọi, sủa nhẹ hoặc sủa dữ dội khi đi qua.

Olfateó el musgo y la tierra negra donde crecían las hierbas.

Anh ta hít hà mùi rêu và đất đen nơi cỏ mọc.

Resopló de alegría ante los ricos olores de la tierra profunda.

Anh ta khịt mũi thích thú trước mùi hương nồng nàn của đất sâu.

Se agazapó durante horas detrás de troncos cubiertos de hongos.

Anh ta ngồi khom lưng hàng giờ sau những thân cây phủ đầy nấm.

Se quedó quieto, escuchando con los ojos muy abiertos cada pequeño sonido.

Anh đứng im, mở to mắt lắng nghe mọi âm thanh nhỏ nhất.

Quizás esperaba sorprender al objeto que le había hecho el llamado.

Có lẽ ông ấy hy vọng sẽ làm cho vật đã gọi điện kia ngạc nhiên.

Él no sabía por qué actuaba así: simplemente lo hacía.

Anh không biết tại sao mình lại hành động như vậy—anh chỉ đơn giản là biết vậy.

Los impulsos venían desde lo más profundo, más allá del pensamiento o la razón.

Những thôi thúc đó đến từ sâu thẳm bên trong, vượt ra ngoài suy nghĩ hay lý trí.

Impulsos irresistibles se apoderaron de Buck sin previo aviso ni razón.

Những ham muốn không thể cưỡng lại cứ thôi thúc Buck mà không hề có lời cảnh báo hay lý do.

A veces dormitaba perezosamente en el campamento bajo el calor del mediodía.

Đôi khi anh ta ngủ gật một cách lười biếng trong trại dưới cái nóng buổi trưa.

De repente, su cabeza se levantó y sus orejas se levantaron en alerta.
Đột nhiên, đầu anh ta ngẩng lên và tai dựng lên cảnh giác.
Entonces se levantó de un salto y se lanzó hacia lo salvaje sin detenerse.
Sau đó, anh ta bật dậy và lao vào nơi hoang dã mà không dừng lại.
Corrió durante horas por senderos forestales y espacios abiertos.
Anh ấy chạy hàng giờ qua những con đường trong rừng và những không gian mở.
Le encantaba seguir los lechos de los arroyos secos y espiar a los pájaros en los árboles.
Ông thích đi theo những lòng suối khô cạn và ngắm nhìn những chú chim trên cây.
Podría permanecer escondido todo el día, mirando a las perdices pavonearse.
Anh ta có thể nằm ẩn mình cả ngày, quan sát những con chim gô đi lại thong thả.
Ellos tamborilearon y marcharon, sin percatarse de la presencia todavía de Buck.
Họ vừa đánh trống vừa diễu hành, không hề biết đến sự hiện diện của Buck.
Pero lo que más le gustaba era correr al atardecer en verano.
Nhưng điều anh thích nhất là chạy bộ vào lúc chạng vạng mùa hè.
La tenue luz y los sonidos soñolientos del bosque lo llenaron de alegría.
Ánh sáng mờ ảo và âm thanh buồn ngủ của khu rừng khiến anh tràn ngập niềm vui.
Leyó las señales del bosque tan claramente como un hombre lee un libro.
Anh ấy đọc các biển báo trong rừng rõ ràng như một người đọc sách.
Y siempre buscaba aquella cosa extraña que lo llamaba.
Và anh luôn tìm kiếm thứ kỳ lạ đã gọi anh.

Ese llamado nunca se detuvo: lo alcanzaba despierto o dormido.
Tiếng gọi đó không bao giờ dừng lại - nó vẫn vang vọng đến anh dù anh đang thức hay đang ngủ.

Una noche, se despertó sobresaltado, con los ojos alerta y las orejas alerta.
Một đêm nọ, anh ta giật mình tỉnh giấc, mắt mở to và tai dựng lên.

Sus fosas nasales se crisparon mientras su melena se erizaba en ondas.
Lỗ mũi của nó giật giật trong khi bờm của nó dựng đứng lên từng đợt.

Desde lo profundo del bosque volvió a oírse el sonido, el viejo llamado.
Từ sâu trong rừng lại vang lên âm thanh ấy, tiếng gọi xưa.

Esta vez el sonido sonó claro, un aullido largo, inquietante y familiar.
Lần này âm thanh vang lên rõ ràng, một tiếng hú dài, ám ảnh và quen thuộc.

Era como el grito de un husky, pero extraño y salvaje en tono.
Nó giống như tiếng kêu của loài chó husky, nhưng có âm điệu kỳ lạ và hoang dã.

Buck reconoció el sonido al instante: había oído exactamente el mismo sonido hacía mucho tiempo.
Buck nhận ra âm thanh đó ngay lập tức—anh đã từng nghe chính xác âm thanh đó từ lâu rồi.

Saltó a través del campamento y desapareció rápidamente en el bosque.
Anh ta nhảy qua trại và nhanh chóng biến mất vào trong rừng.

A medida que se acercaba al sonido, disminuyó la velocidad y se movió con cuidado.
Khi đến gần nơi có tiếng động, anh ta chậm lại và di chuyển cẩn thận.

Pronto llegó a un claro entre espesos pinos.

Chẳng mấy chốc anh đã tới một khoảng đất trống giữa những cây thông rậm rạp.

Allí, erguido sobre sus cuartos traseros, estaba sentado un lobo de bosque alto y delgado.

Ở đó, một con sói gỗ cao gầy đang ngồi thẳng trên hai chân sau.

La nariz del lobo apuntaba hacia el cielo, todavía haciendo eco del llamado.

Mũi con sói hướng lên trời, vẫn vang vọng tiếng gọi.

Buck no había emitido ningún sonido, pero el lobo se detuvo y escuchó.

Buck không hề phát ra tiếng động nào, nhưng con sói vẫn dừng lại và lắng nghe.

Sintiendo algo, el lobo se tensó y buscó en la oscuridad.

Cảm nhận được điều gì đó, con sói căng thẳng, tìm kiếm trong bóng tối.

Buck apareció sigilosamente, con el cuerpo agachado y los pies quietos sobre el suelo.

Buck từ từ xuất hiện, thân hình cúi thấp, chân đặt nhẹ nhàng trên mặt đất.

Su cola estaba recta y su cuerpo enroscado por la tensión.

Đuôi của nó thẳng, thân mình cuộn chặt lại vì căng thẳng.

Mostró al mismo tiempo una amenaza y una especie de amistad ruda.

Anh ta vừa tỏ ra đe dọa vừa có vẻ thân thiện.

Fue el saludo cauteloso que compartían las bestias salvajes.

Đó là lời chào thận trọng thường thấy ở các loài thú hoang dã.

Pero el lobo se dio la vuelta y huyó tan pronto como vio a Buck.

Nhưng con sói quay lại và bỏ chạy ngay khi nhìn thấy Buck.

Buck lo persiguió, saltando salvajemente, ansioso por alcanzarlo.

Buck đuổi theo, nhảy loạn xạ, háo hức muốn bắt kịp nó.

Siguió al lobo hasta un arroyo seco bloqueado por un atasco de madera.

Anh ta đi theo con sói vào một con suối khô cạn bị chặn bởi một đống gỗ.

Acorralado, el lobo giró y se mantuvo firme.
Bị dồn vào chân tường, con sói quay lại và đứng im.
El lobo gruñó y mordió a su presa como un perro husky atrapado en una pelea.
Con sói gầm gừ và cắn như một con chó husky bị mắc bẫy trong một cuộc chiến.
Los dientes del lobo chasquearon rápidamente y su cuerpo se erizó de furia salvaje.
Răng của con sói va vào nhau lập cập, cơ thể nó dựng đứng lên vì cơn thịnh nộ dữ dội.
Buck no atacó, sino que rodeó al lobo con cautelosa amabilidad.
Buck không tấn công mà chỉ đi vòng quanh con sói một cách thân thiện và thận trọng.
Intentó bloquear su escape con movimientos lentos e inofensivos.
Anh ta cố gắng chặn đường thoát của hắn bằng những chuyển động chậm rãi, vô hại.
El lobo estaba cauteloso y asustado: Buck pesaba tres veces más que él.
Con sói cảnh giác và sợ hãi—Buck nặng hơn nó gấp ba lần.
La cabeza del lobo apenas llegaba hasta el enorme hombro de Buck.
Đầu của con sói chỉ cao tới vai to lớn của Buck.
Al acecho de un hueco, el lobo salió disparado y la persecución comenzó de nuevo.
Nhìn thấy khoảng trống, con sói chạy vụt đi và cuộc rượt đuổi lại bắt đầu.
Varias veces Buck lo acorraló y el baile se repitió.
Buck đã nhiều lần dồn anh vào chân tường và điệu nhảy lại được lặp lại.
El lobo estaba delgado y débil, de lo contrario Buck no podría haberlo atrapado.
Con sói gầy và yếu, nếu không thì Buck không thể bắt được nó.
Cada vez que Buck se acercaba, el lobo giraba y lo enfrentaba con miedo.

Mỗi lần Buck đến gần, con sói lại quay lại và đối mặt với Buck trong sợ hãi.

Luego, a la primera oportunidad, se lanzó de nuevo al bosque.

Sau đó, ngay khi có cơ hội, anh ta lại lao vào rừng một lần nữa.

Pero Buck no se dio por vencido y finalmente el lobo comenzó a confiar en él.

Nhưng Buck không bỏ cuộc và cuối cùng con sói cũng tin tưởng Buck.

Olió la nariz de Buck y los dos se pusieron juguetones y alertas.

Anh ta hít mũi Buck và cả hai trở nên vui tươi và cảnh giác.

Jugaban como animales salvajes, feroces pero tímidos en su alegría.

Họ chơi đùa như những con thú hoang dã, hung dữ nhưng cũng rất nhút nhát trong niềm vui.

Después de un rato, el lobo se alejó trotando con calma y propósito.

Một lúc sau, con sói bước đi với thái độ bình tĩnh.

Le demostró claramente a Buck que tenía la intención de que lo siguieran.

Anh ta tỏ rõ ý muốn cho Buck biết là anh ta muốn bị theo dõi.

Corrieron uno al lado del otro a través de la penumbra del crepúsculo.

Họ chạy cạnh nhau trong bóng tối lúc chạng vạng.

Siguieron el lecho del arroyo hasta el desfiladero rocoso.

Họ đi theo lòng suối lên hẻm núi đá.

Cruzaron una divisoria fría donde había comenzado el arroyo.

Họ băng qua một ranh giới lạnh giá, nơi dòng suối bắt đầu.

En la ladera más alejada encontraron un extenso bosque y numerosos arroyos.

Trên sườn dốc xa hơn, họ tìm thấy một khu rừng rộng lớn và nhiều dòng suối.

Por esta vasta tierra corrieron durante horas sin parar.

Qua vùng đất rộng lớn này, họ chạy hàng giờ liền mà không dừng lại.

El sol salió más alto, el aire se calentó, pero ellos siguieron corriendo.

Mặt trời lên cao hơn, không khí ấm lên, nhưng họ vẫn chạy tiếp.

Buck estaba lleno de alegría: sabía que estaba respondiendo a su llamado.

Buck tràn ngập niềm vui—anh biết mình đã trả lời được tiếng gọi của mình.

Corrió junto a su hermano del bosque, más cerca de la fuente del llamado.

Anh chạy bên cạnh người anh em trong rừng của mình, đến gần nguồn phát ra tiếng gọi hơn.

Los viejos sentimientos regresaron, poderosos y difíciles de ignorar.

Những cảm xúc cũ lại ùa về, mạnh mẽ và khó có thể bỏ qua.

Éstas eran las verdades detrás de los recuerdos de sus sueños.

Đây chính là sự thật ẩn sau những ký ức trong giấc mơ của anh.

Todo esto ya lo había hecho antes, en un mundo distante y sombrío.

Anh đã từng làm tất cả những điều này trước đây trong một thế giới xa xôi và tối tăm.

Ahora lo hizo de nuevo, corriendo salvajemente con el cielo abierto encima.

Bây giờ anh lại làm điều này một lần nữa, chạy thật nhanh trên bầu trời rộng mở phía trên.

Se detuvieron en un arroyo para beber del agua fría que fluía.

Họ dừng lại bên một dòng suối để uống nước mát lạnh chảy từ đó.

Mientras bebía, Buck de repente recordó a John Thornton.

Trong lúc uống, Buck đột nhiên nhớ đến John Thornton.

Se sentó en silencio, desgarrado por la atracción de la lealtad y el llamado.

Anh ngồi xuống trong im lặng, bị giằng xé bởi lòng trung thành và tiếng gọi.

El lobo siguió trotando, pero regresó para impulsar a Buck a seguir adelante.

Con sói chạy tiếp nhưng rồi quay lại thúc Buck tiến về phía trước.

Le olisqueó la nariz y trató de convencerlo con gestos suaves.

Anh ta hít mũi và cố gắng dụ dỗ nó bằng những cử chỉ nhẹ nhàng.

Pero Buck se dio la vuelta y comenzó a regresar por donde había venido.

Nhưng Buck quay lại và đi ngược lại con đường mà anh đã đi tới.

El lobo corrió a su lado durante un largo rato, gimiendo silenciosamente.

Con sói chạy bên cạnh anh ta một hồi lâu, khẽ rên rỉ.

Luego se sentó, levantó la nariz y dejó escapar un largo aullido.

Sau đó, nó ngồi xuống, hếch mũi lên và hú một tiếng dài.

Fue un grito triste, que se suavizó cuando Buck se alejó.

Đó là tiếng kêu đau buồn, rồi dịu đi khi Buck bước đi.

Buck escuchó mientras el sonido del grito se desvanecía lentamente en el silencio del bosque.

Buck lắng nghe tiếng kêu dần dần nhỏ dần vào sự im lặng của khu rừng.

John Thornton estaba cenando cuando Buck irrumpió en el campamento.

John Thornton đang ăn tối thì Buck chạy vào trại.

Buck saltó sobre él salvajemente, lamiéndolo, mordiéndolo y haciéndolo caer.

Buck nhảy bổ vào anh ta một cách điên cuồng, liếm, cắn và làm anh ta ngã nhào.

Lo derribó, se subió encima y le besó la cara.

Anh ta đẩy anh ta ngã, trèo lên người anh ta và hôn vào mặt anh ta.

Thornton lo llamó con cariño "hacer el tonto en general".

Thornton trìu mến gọi đây là "hành động đóng vai kẻ ngốc".

Mientras tanto, maldijo a Buck suavemente y lo sacudió de un lado a otro.
Trong lúc đó, anh ta khẽ chửi Buck và lắc nó qua lại.
Durante dos días y dos noches enteras, Buck no abandonó el campamento ni una sola vez.
Trong suốt hai ngày hai đêm, Buck không hề rời khỏi trại một lần nào.
Se mantuvo cerca de Thornton y nunca lo perdió de vista.
Anh ta luôn theo sát Thornton và không bao giờ rời mắt khỏi anh ta.
Lo siguió mientras trabajaba y lo observó mientras comía.
Anh ta theo dõi anh ta khi anh ta làm việc và quan sát anh ta khi anh ta ăn.
Acompañaba a Thornton con sus mantas por la noche y lo salía cada mañana.
Anh nhìn thấy Thornton trùm chăn vào ban đêm và ra ngoài vào mỗi buổi sáng.
Pero pronto el llamado del bosque regresó, más fuerte que nunca.
Nhưng tiếng gọi của khu rừng lại sớm trở lại, to hơn bao giờ hết.
Buck volvió a inquietarse, agitado por los pensamientos del lobo salvaje.
Buck lại cảm thấy bồn chồn, lo lắng khi nghĩ đến con sói hoang.
Recordó el terreno abierto y correr uno al lado del otro.
Anh nhớ vùng đất rộng mở và những lần chạy song song.
Comenzó a vagar por el bosque una vez más, solo y alerta.
Anh ta bắt đầu lang thang vào rừng một lần nữa, một mình và cảnh giác.
Pero el hermano salvaje no regresó y el aullido no se escuchó.
Nhưng người anh em hoang dã đã không quay trở lại và tiếng hú cũng không còn nữa.
Buck comenzó a dormir a la intemperie, manteniéndose alejado durante días.
Buck bắt đầu ngủ ngoài trời, có khi mất đến nhiều ngày.

Una vez cruzó la alta divisoria donde había comenzado el arroyo.
Có lần ông vượt qua ranh giới cao nơi con suối bắt đầu.
Entró en la tierra de la madera oscura y de los arroyos anchos y fluidos.
Anh ta đi vào vùng đất có rừng cây rậm rạp và những dòng suối rộng chảy xiết.
Durante una semana vagó en busca de señales del hermano salvaje.
Trong suốt một tuần, anh ta lang thang, tìm kiếm dấu hiệu của người anh em hoang dã.
Mataba su propia carne y viajaba con pasos largos e incansables.
Ông tự tay giết thịt con mồi và di chuyển bằng những bước chân dài không biết mệt mỏi.
Pescaba salmón en un ancho río que llegaba al mar.
Ông đánh bắt cá hồi ở một con sông rộng chảy ra biển.
Allí luchó y mató a un oso negro enloquecido por los insectos.
Ở đó, anh đã chiến đấu và giết chết một con gấu đen bị côn trùng làm cho phát điên.
El oso estaba pescando y corrió ciegamente entre los árboles.
Con gấu đang câu cá và chạy một cách mù quáng qua các hàng cây.
La batalla fue feroz y despertó el profundo espíritu de lucha de Buck.
Trận chiến diễn ra vô cùng khốc liệt, đánh thức tinh thần chiến đấu sâu sắc của Buck.
Dos días después, Buck regresó y encontró glotones en su presa.
Hai ngày sau, Buck quay lại và thấy đàn chồn sói đã giết chết con mồi của mình.
Una docena de ellos se pelearon con furia y ruidosidad por la carne.
Hàng chục người cãi nhau ầm ĩ vì miếng thịt.
Buck cargó y los dispersó como hojas en el viento.
Buck lao tới và làm chúng tan tác như lá cây trước gió.

Dos lobos permanecieron atrás, silenciosos, sin vida e inmóviles para siempre.
Hai con sói vẫn đứng phía sau—im lặng, vô hồn và bất động mãi mãi.
La sed de sangre se hizo más fuerte que nunca.
Cơn khát máu ngày càng mãnh liệt hơn bao giờ hết.
Buck era un cazador, un asesino, que se alimentaba de criaturas vivas.
Buck là một thợ săn, một kẻ giết người, chuyên săn bắt các sinh vật sống.
Sobrevivió solo, confiando en su fuerza y sus sentidos agudos.
Ông sống sót một mình, nhờ vào sức mạnh và giác quan nhạy bén của mình.
Prosperó en la naturaleza, donde sólo los más resistentes podían vivir.
Anh ấy phát triển mạnh mẽ trong môi trường tự nhiên, nơi chỉ những kẻ mạnh mẽ nhất mới có thể sống được.
A partir de esto, un gran orgullo surgió y llenó todo el ser de Buck.
Từ đó, một niềm tự hào lớn lao dâng trào và tràn ngập toàn bộ con người Buck.
Su orgullo se reflejaba en cada uno de sus pasos, en el movimiento de cada músculo.
Niềm tự hào của ông thể hiện trong từng bước đi, trong từng đường gân cơ.
Su orgullo era tan claro como sus palabras, y se reflejaba en su manera de comportarse.
Niềm tự hào của ông thể hiện rõ qua cách ông cư xử.
Incluso su grueso pelaje parecía más majestuoso y brillaba más.
Ngay cả bộ lông dày của nó cũng trông uy nghi hơn và sáng bóng hơn.
Buck podría haber sido confundido con un lobo gigante.
Buck có thể bị nhầm là một con sói gỗ khổng lồ.
A excepción del color marrón en el hocico y las manchas sobre los ojos.

Ngoại trừ màu nâu trên mõm và những đốm phía trên mắt.
Y la raya blanca de pelo que corría por el centro de su pecho.
Và vệt lông trắng chạy dọc giữa ngực.
Era incluso más grande que el lobo más grande de esa feroz raza.
Nó thậm chí còn lớn hơn cả con sói lớn nhất của giống loài hung dữ đó.
Su padre, un San Bernardo, le dio tamaño y complexión robusta.
Cha của ông, một chú chó St. Bernard, đã mang lại cho ông vóc dáng to lớn và vạm vỡ.
Su madre, una pastora, moldeó esa masa hasta darle forma de lobo.
Mẹ của ông, một người chăn cừu, đã nặn khối đá đó thành hình dạng giống như loài sói.
Tenía el hocico largo de un lobo, aunque más pesado y ancho.
Anh ta có mõm dài của loài sói, mặc dù nặng hơn và to hơn.
Su cabeza era la de un lobo, pero construida en una escala enorme y majestuosa.
Đầu của ông ta là đầu của một con sói, nhưng được xây dựng trên một quy mô đồ sộ, uy nghi.
La astucia de Buck era la astucia del lobo y de la naturaleza.
Sự khôn ngoan của Buck chính là sự khôn ngoan của loài sói và của thiên nhiên hoang dã.
Su inteligencia provenía tanto del pastor alemán como del san bernardo.
Trí thông minh của ông được thừa hưởng từ cả giống chó chăn cừu Đức và St. Bernard.
Todo esto, más la dura experiencia, lo convirtieron en una criatura temible.
Tất cả những điều này, cùng với kinh nghiệm khắc nghiệt, đã biến anh ta thành một sinh vật đáng sợ.
Era tan formidable como cualquier bestia que vagaba por las tierras salvajes del norte.
Anh ta đáng sợ như bất kỳ con thú nào lang thang ở vùng hoang dã phía bắc.

Viviendo sólo de carne, Buck alcanzó el máximo nivel de su fuerza.
Chỉ sống bằng thịt, Buck đã đạt đến đỉnh cao sức mạnh của mình.

Rebosaba poder y fuerza masculina en cada fibra de él.
Anh ấy tràn đầy sức mạnh và sức mạnh đàn ông trong từng thớ thịt của mình.

Cuando Thornton le acarició la espalda, sus pelos brillaron con energía.
Khi Thornton vuốt lưng anh, những sợi lông tỏa ra năng lượng.

Cada cabello crujió, cargado con el toque de un magnetismo vivo.
Mỗi sợi tóc kêu lạo xạo, mang theo sức mạnh từ tính sống động.

Su cuerpo y su cerebro estaban afinados al máximo nivel posible.
Cơ thể và não bộ của ông được điều chỉnh ở mức cao nhất có thể.

Cada nervio, fibra y músculo trabajaba en perfecta armonía.
Mọi dây thần kinh, sợi cơ và cơ đều hoạt động một cách hoàn hảo.

Ante cualquier sonido o visión que requiriera acción, él respondía instantáneamente.
Bất kỳ âm thanh hay hình ảnh nào cần hành động, ông đều phản ứng ngay lập tức.

Si un husky saltaba para atacar, Buck podía saltar el doble de rápido.
Nếu một con chó husky nhảy lên để tấn công, Buck có thể nhảy nhanh gấp đôi.

Reaccionó más rápido de lo que los demás pudieron verlo o escuchar.
Anh ấy phản ứng nhanh hơn những gì người khác có thể nhìn thấy hoặc nghe thấy.

La percepción, la decisión y la acción se produjeron en un momento fluido.

Nhận thức, quyết định và hành động đều diễn ra trong cùng một khoảnh khắc trôi chảy.

En realidad, estos actos fueron separados, pero demasiado rápidos para notarlos.

Trên thực tế, những hành động này diễn ra riêng biệt nhưng diễn ra quá nhanh để nhận ra.

Los intervalos entre estos actos fueron tan breves que parecían uno solo.

Khoảng cách giữa các hành động này quá ngắn đến nỗi chúng trông như một.

Sus músculos y su ser eran como resortes fuertemente enrollados.

Cơ bắp và con người của anh ta giống như những chiếc lò xo cuộn chặt.

Su cuerpo rebosaba de vida, salvaje y alegre en su poder.

Cơ thể anh tràn đầy sức sống, hoang dã và vui tươi trong sức mạnh của nó.

A veces sentía como si la fuerza fuera a estallar fuera de él por completo.

Đôi lúc anh cảm thấy sức mạnh như sắp bùng nổ và thoát ra khỏi cơ thể mình.

"Nunca vi un perro así", dijo Thornton un día tranquilo.

"Chưa từng có con chó nào như vậy", Thornton nói vào một ngày yên tĩnh.

Los socios observaron a Buck alejarse orgullosamente del campamento.

Các cộng sự nhìn Buck sải bước đầy kiêu hãnh ra khỏi trại.

"Cuando lo crearon, cambió lo que un perro puede ser", dijo Pete.

"Khi anh ấy được tạo ra, anh ấy đã thay đổi bản chất của một chú chó", Pete nói.

—¡Por Dios! Yo también lo creo —respondió Hans rápidamente.

"Lạy Chúa! Tôi cũng nghĩ vậy," Hans nhanh chóng đồng ý.

Lo vieron marcharse, pero no el cambio que vino después.

Họ nhìn thấy anh ta bước đi, nhưng không thấy sự thay đổi xảy ra sau đó.

Tan pronto como entró en el bosque, Buck se transformó por completo.

Ngay khi bước vào rừng, Buck đã biến đổi hoàn toàn.

Ya no marchaba, sino que se movía como un fantasma salvaje entre los árboles.

Anh ta không còn tiến bước nữa mà di chuyển như một bóng ma hoang dã giữa những hàng cây.

Se quedó en silencio, con pasos de gato, un destello que pasaba entre las sombras.

Anh ta trở nên im lặng, chân như mèo, một tia sáng lóe lên xuyên qua bóng tối.

Utilizó la cubierta con habilidad, arrastrándose sobre su vientre como una serpiente.

Anh ta sử dụng khả năng ẩn nấp một cách khéo léo, bò bằng bụng như một con rắn.

Y como una serpiente, podía saltar hacia adelante y atacar en silencio.

Và giống như một con rắn, anh ta có thể nhảy về phía trước và tấn công trong im lặng.

Podría robar una perdiz nival directamente de su nido escondido.

Anh ta có thể đánh cắp một con gà gô ngay từ tổ ẩn của nó.

Mató conejos dormidos sin hacer un solo sonido.

Anh ta giết chết những con thỏ đang ngủ mà không phát ra một tiếng động nào.

Podía atrapar ardillas en el aire cuando huían demasiado lentamente.

Anh ấy có thể bắt được những chú sóc chuột giữa không trung vì chúng chạy quá chậm.

Ni siquiera los peces en los estanques podían escapar de sus ataques repentinos.

Ngay cả cá trong ao cũng không thoát khỏi đòn tấn công bất ngờ của anh.

Ni siquiera los castores más inteligentes que arreglaban presas estaban a salvo de él.

Ngay cả những con hải ly thông minh chuyên sửa đập cũng không thoát khỏi hắn.

Él mataba por comida, no por diversión, pero prefería matar a sus propias víctimas.
Anh ta giết để kiếm thức ăn chứ không phải để giải trí—nhưng thích nhất là chính tay mình giết.

Aun así, un humor astuto impregnaba algunas de sus cacerías silenciosas.
Tuy nhiên, đôi khi trong cuộc săn lùng thầm lặng của mình, anh vẫn có chút khiếu hài hước tinh quái.

Se acercó sigilosamente a las ardillas, pero las dejó escapar.
Anh ta rón rén đến gần những con sóc, nhưng lại để chúng trốn thoát.

Iban a huir hacia los árboles, parloteando con terrible indignación.
Họ định chạy trốn vào rừng, vừa chạy vừa kêu la trong sự giận dữ và sợ hãi.

A medida que llegaba el otoño, los alces comenzaron a aparecer en mayor número.
Khi mùa thu đến, nai sừng tấm bắt đầu xuất hiện với số lượng lớn hơn.

Avanzaron lentamente hacia los valles bajos para encontrarse con el invierno.
Họ di chuyển chậm rãi vào các thung lũng thấp để đón mùa đông.

Buck ya había derribado a un ternero joven y perdido.
Buck đã bắt được một con bê con đi lạc.

Pero anhelaba enfrentarse a presas más grandes y peligrosas.
Nhưng anh ta khao khát được đối mặt với con mồi lớn hơn và nguy hiểm hơn.

Un día, en la divisoria, a la altura del nacimiento del arroyo, encontró su oportunidad.
Một ngày nọ trên đường phân thủy, tại đầu con suối, anh đã tìm thấy cơ hội của mình.

Una manada de veinte alces había cruzado desde tierras boscosas.
Một đàn gồm hai mươi con nai sừng tấm đã băng qua từ vùng đất rừng rậm.

Entre ellos había un poderoso toro; el líder del grupo.

Trong số đó có một con bò đực to lớn; thủ lĩnh của nhóm.
El toro medía más de seis pies de alto y parecía feroz y salvaje.
Con bò đực cao hơn sáu feet và trông rất hung dữ và hoang dã.
Lanzó sus anchas astas, con catorce puntas ramificándose hacia afuera.
Ông ta vung cặp gạc rộng của mình, gồm mười bốn nhánh hướng ra ngoài.
Las puntas de esas astas se extendían siete pies de ancho.
Đầu của những chiếc gạc này dài tới bảy feet.
Sus pequeños ojos ardieron de rabia cuando vio a Buck cerca.
Đôi mắt nhỏ của hắn bùng cháy vì giận dữ khi phát hiện ra Buck ở gần đó.
Soltó un rugido furioso, temblando de furia y dolor.
Hắn gầm lên một tiếng dữ dội, run rẩy vì tức giận và đau đớn.
Una punta de flecha sobresalía cerca de su flanco, emplumada y afilada.
Một đầu mũi tên nhô ra gần hông anh ta, nhọn và sắc.
Esta herida ayudó a explicar su humor salvaje y amargado.
Vết thương này giúp giải thích tâm trạng cay đắng, tàn bạo của ông.
Buck, guiado por su antiguo instinto de caza, hizo su movimiento.
Được dẫn dắt bởi bản năng săn mồi cổ xưa, Buck đã hành động.
Su objetivo era separar al toro del resto de la manada.
Mục đích của anh ta là tách con bò đực ra khỏi phần còn lại của đàn.
No fue una tarea fácil: requirió velocidad y una astucia feroz.
Đây không phải là nhiệm vụ dễ dàng, đòi hỏi phải có tốc độ và sự khôn ngoan tuyệt vời.
Ladró y bailó cerca del toro, fuera de su alcance.
Anh ta sủa và nhảy múa gần con bò, vừa đủ xa tầm với của nó.
El alce atacó con enormes pezuñas y astas mortales.

Con nai sừng tấm lao tới với móng guốc lớn và cặp gạc nguy hiểm.
Un golpe podría haber acabado con la vida de Buck en un instante.
Chỉ một đòn thôi cũng có thể kết liễu mạng sống của Buck chỉ trong tích tắc.
Incapaz de dejar atrás la amenaza, el toro se volvió loco.
Không thể bỏ lại mối đe dọa phía sau, con bò đực trở nên điên cuồng.
Él cargó con furia, pero Buck siempre se le escapaba.
Anh ta lao tới trong cơn giận dữ, nhưng Buck luôn trốn thoát.
Buck fingió debilidad, lo que lo alejó aún más de la manada.
Buck giả vờ yếu đuối, dụ hắn ra xa khỏi đàn.
Pero los toros jóvenes estaban a punto de atacar para proteger al líder.
Nhưng những con bò đực non sẽ lao về phía trước để bảo vệ con đầu đàn.
Obligaron a Buck a retirarse y al toro a reincorporarse al grupo.
Họ buộc Buck phải rút lui và con bò đực phải quay trở lại nhóm.
Hay una paciencia en lo salvaje, profunda e imparable.
Có một sự kiên nhẫn trong tự nhiên, sâu thẳm và không thể ngăn cản.
Una araña espera inmóvil en su red durante incontables horas.
Một con nhện nằm bất động trong mạng của nó hàng giờ liền.
Una serpiente se enrosca sin moverse y espera hasta que llega el momento.
Con rắn cuộn mình mà không hề co giật, và chờ đợi đến thời điểm thích hợp.
Una pantera acecha hasta que llega el momento.
Một con báo nằm phục kích cho đến khi thời khắc quyết định đến.
Ésta es la paciencia de los depredadores que cazan para sobrevivir.
Đây là sự kiên nhẫn của những loài săn mồi để sinh tồn.

Esa misma paciencia ardía dentro de Buck mientras se quedaba cerca.
Sự kiên nhẫn đó vẫn cháy trong Buck khi anh ở gần đó.
Se quedó cerca de la manada, frenando su marcha y sembrando el miedo.
Anh ta ở gần đàn gia súc, làm chậm bước di chuyển của chúng và khuấy động nỗi sợ hãi.
Provocaba a los toros jóvenes y acosaba a las vacas madres.
Anh ta trêu chọc những chú bò đực non và quấy rối những chú bò mẹ.
Empujó al toro herido hacia una rabia más profunda e impotente.
Anh ta khiến con bò bị thương trở nên giận dữ và bất lực hơn.
Durante medio día, la lucha se prolongó sin descanso alguno.
Cuộc chiến kéo dài suốt nửa ngày mà không hề có sự nghỉ ngơi.
Buck atacó desde todos los ángulos, rápido y feroz como el viento.
Buck tấn công từ mọi hướng, nhanh và dữ dội như gió.
Impidió que el toro descansara o se escondiera con su manada.
Ông không cho con bò đực nghỉ ngơi hoặc trốn cùng với đàn của nó.
Buck desgastó la voluntad del alce más rápido que su cuerpo.
Buck làm suy yếu ý chí của con nai sừng tấm nhanh hơn cơ thể của nó.
El día transcurrió y el sol se hundió en el cielo del noroeste.
Ngày trôi qua và mặt trời lặn dần ở bầu trời phía tây bắc.
Los toros jóvenes regresaron más lentamente para ayudar a su líder.
Những con bò đực trẻ quay trở lại chậm hơn để giúp đỡ con đầu đàn của chúng.
Las noches de otoño habían regresado y la oscuridad ahora duraba seis horas.
Đêm mùa thu đã trở lại và bóng tối kéo dài sáu giờ đồng hồ.

El invierno los estaba empujando cuesta abajo hacia valles más seguros y cálidos.
Mùa đông đang đẩy họ xuống những thung lũng an toàn và ấm áp hơn.
Pero aún así no pudieron escapar del cazador que los retenía.
Nhưng họ vẫn không thể thoát khỏi tay thợ săn đang giữ họ lại.
Sólo una vida estaba en juego: no la de la manada, sino la de su líder.
Chỉ có một mạng sống đang bị đe dọa—không phải của cả bầy, mà chỉ của thủ lĩnh.
Eso hizo que la amenaza fuera distante y no su preocupación urgente.
Điều đó khiến mối đe dọa trở nên xa vời và không còn là mối quan tâm cấp bách của họ.
Con el tiempo, aceptaron ese coste y dejaron que Buck se llevara al viejo toro.
Sau một thời gian, họ chấp nhận chi phí này và để Buck dắt con bò đực già.
Al caer la tarde, el viejo toro permanecía con la cabeza gacha.
Khi hoàng hôn buông xuống, con bò già đứng cúi đầu.
Observó cómo la manada que había guiado se desvanecía en la luz que se desvanecía.
Anh ta nhìn đàn gia súc mà anh ta dẫn dắt biến mất vào trong ánh sáng đang mờ dần.
Había vacas que había conocido, terneros que una vez había engendrado.
Có những con bò mà anh từng biết, những chú bê mà anh đã từng làm cha.
Había toros más jóvenes con los que había luchado y gobernado en temporadas pasadas.
Có những con bò đực trẻ hơn mà anh đã từng chiến đấu và thống trị trong những mùa giải trước.
No pudo seguirlos, pues frente a él estaba agazapado nuevamente Buck.
Anh không thể đuổi theo họ được nữa vì Buck lại khom người trước mặt anh.

El terror despiadado con colmillos bloqueó cualquier camino que pudiera tomar.
Nỗi kinh hoàng tàn nhẫn với nanh vuốt sắc nhọn đã chặn mọi con đường mà anh ta có thể đi qua.
El toro pesaba más de trescientos kilos de densa potencia.
Con bò đực nặng hơn ba trăm pound sức mạnh dày đặc.
Había vivido mucho tiempo y luchado con ahínco en un mundo de luchas.
Ông đã sống lâu và chiến đấu hết mình trong một thế giới đầy đấu tranh.
Pero ahora, al final, la muerte vino de una bestia muy inferior a él.
Nhưng giờ đây, cuối cùng, cái chết đã đến từ một con quái vật thấp kém hơn anh rất nhiều.
La cabeza de Buck ni siquiera llegó a alcanzar las enormes rodillas del toro.
Đầu của Buck thậm chí còn không cao tới đầu gối to lớn của con bò.
A partir de ese momento, Buck permaneció con el toro noche y día.
Từ lúc đó, Buck ở lại với con bò ngày đêm.
Nunca le dio descanso, nunca le permitió pastar ni beber.
Ông ta không bao giờ cho nó nghỉ ngơi, không bao giờ cho nó ăn cỏ hay uống nước.
El toro intentó comer brotes tiernos de abedul y hojas de sauce.
Con bò đực cố gắng ăn những chồi non của cây bạch dương và lá liễu.
Pero Buck lo ahuyentó, siempre alerta y siempre atacando.
Nhưng Buck đã đuổi nó đi, luôn cảnh giác và luôn tấn công.
Incluso ante arroyos que goteaban, Buck bloqueó cada intento de sed.
Ngay cả ở những dòng suối nhỏ giọt, Buck cũng chặn đứng mọi nỗ lực khát nước của nó.
A veces, desesperado, el toro huía a toda velocidad.
Đôi khi, trong cơn tuyệt vọng, con bò đực bỏ chạy hết tốc lực.

Buck lo dejó correr, trotando tranquilamente detrás, nunca muy lejos.
Buck để mặc anh ta chạy, bình tĩnh chạy theo sau, không bao giờ đi quá xa.

Cuando el alce se detuvo, Buck se acostó, pero se mantuvo listo.
Khi con nai sừng tấm dừng lại, Buck nằm xuống nhưng vẫn trong tư thế sẵn sàng.

Si el toro intentaba comer o beber, Buck atacaba con toda furia.
Nếu con bò đực cố ăn hoặc uống, Buck sẽ ra đòn rất dữ dội.

La gran cabeza del toro se hundió aún más bajo sus enormes astas.
Cái đầu to lớn của con bò đực cụp xuống dưới cặp gạc khổng lồ.

Su paso se hizo más lento, el trote se hizo pesado, un paso tambaleante.
Bước chân của anh chậm lại, bước chạy trở nên nặng nề; bước đi loạng choạng.

A menudo se quedaba quieto con las orejas caídas y la nariz pegada al suelo.
Anh ta thường đứng yên với đôi tai cụp xuống và mũi hướng xuống đất.

Durante esos momentos, Buck se tomó tiempo para beber y descansar.
Trong những lúc đó, Buck dành thời gian để uống rượu và nghỉ ngơi.

Con la lengua afuera y los ojos fijos, Buck sintió que la tierra estaba cambiando.
Lưỡi thè ra, mắt nhìn chằm chằm, Buck cảm nhận được vùng đất đang thay đổi.

Sintió algo nuevo moviéndose a través del bosque y el cielo.
Anh cảm thấy có điều gì đó mới mẻ di chuyển qua khu rừng và bầu trời.

A medida que los alces regresaban, también lo hacían otras criaturas salvajes.

Khi loài nai sừng tấm quay trở lại, các loài động vật hoang dã khác cũng quay trở lại.
La tierra se sentía viva, con presencia, invisible pero fuertemente conocida.
Mảnh đất này có vẻ sống động, hiện hữu một cách vô hình nhưng lại vô cùng quen thuộc.
No fue por el sonido, ni por la vista, ni por el olfato que Buck supo esto.
Buck biết điều này không phải bằng âm thanh, hình ảnh hay mùi hương.
Un sentimiento más profundo le decía que nuevas fuerzas estaban en movimiento.
Một cảm giác sâu sắc hơn mách bảo ông rằng những thế lực mới đang di chuyển.
Una vida extraña se agitaba en los bosques y a lo largo de los arroyos.
Sự sống kỳ lạ xuất hiện khắp khu rừng và dọc theo các dòng suối.
Decidió explorar este espíritu, después de que la caza se completara.
Anh quyết định sẽ khám phá linh hồn này sau khi cuộc săn lùng kết thúc.
Al cuarto día, Buck finalmente logró derribar al alce.
Đến ngày thứ tư, cuối cùng Buck cũng bắt được con nai sừng tấm.
Se quedó junto a la presa durante un día y una noche enteros, alimentándose y descansando.
Anh ấy ở lại bên xác con mồi cả ngày lẫn đêm, để kiếm ăn và nghỉ ngơi.
Comió, luego durmió, luego volvió a comer, hasta que estuvo fuerte y lleno.
Ông ăn, rồi ngủ, rồi lại ăn, cho đến khi khỏe mạnh và no bụng.
Cuando estuvo listo, regresó hacia el campamento y Thornton.
Khi đã sẵn sàng, anh quay trở lại trại và Thornton.
Con ritmo constante, inició el largo viaje de regreso a casa.

Với bước chân đều đặn, anh bắt đầu cuộc hành trình dài trở về nhà.
Corría con su incansable galope, hora tras hora, sin desviarse jamás.
Anh ta chạy không biết mệt mỏi, giờ này qua giờ khác, không bao giờ chệch hướng.
A través de tierras desconocidas, se movió recto como la aguja de una brújula.
Qua những vùng đất xa lạ, anh di chuyển thẳng như kim la bàn.
Su sentido de la orientación hacía que el hombre y el mapa parecieran débiles en comparación.
Cảm giác định hướng của ông khiến con người và bản đồ trở nên yếu đuối khi so sánh.
A medida que Buck corría, sentía con más fuerza la agitación en la tierra salvaje.
Khi Buck chạy, nó cảm nhận rõ hơn sự xáo động trong vùng đất hoang dã.
Era un nuevo tipo de vida, diferente a la de los tranquilos meses de verano.
Đó là một cuộc sống mới, không giống như những tháng hè yên bình.
Este sentimiento ya no llegaba como un mensaje sutil o distante.
Cảm giác này không còn là một thông điệp tinh tế hay xa vời nữa.
Ahora los pájaros hablaban de esta vida y las ardillas parloteaban sobre ella.
Bây giờ các loài chim nói về cuộc sống này, và các loài sóc thì ríu rít về nó.
Incluso la brisa susurraba advertencias a través de los árboles silenciosos.
Ngay cả làn gió cũng thì thầm cảnh báo qua những tán cây im lặng.
Varias veces se detuvo y olió el aire fresco de la mañana.
Nhiều lần anh dừng lại và hít thở không khí trong lành buổi sáng.

Allí leyó un mensaje que le hizo avanzar más rápido.
Anh ấy đọc một tin nhắn ở đó khiến anh ấy nhảy về phía trước nhanh hơn.
Una fuerte sensación de peligro lo llenó, como si algo hubiera salido mal.
Một cảm giác nguy hiểm dâng trào trong anh, như thể có chuyện gì đó không ổn.
Temía que se avecinara una calamidad, o que ya hubiera ocurrido.
Ông lo sợ tai họa sắp xảy ra—hoặc đã xảy ra rồi.
Cruzó la última cresta y entró en el valle de abajo.
Anh ta vượt qua dãy núi cuối cùng và đi vào thung lũng bên dưới.
Se movió más lentamente, alerta y cauteloso con cada paso.
Anh ta di chuyển chậm hơn, cảnh giác và thận trọng với từng bước đi.
A tres millas de distancia encontró un nuevo rastro que lo hizo ponerse rígido.
Đi được ba dặm, anh phát hiện ra một dấu vết mới khiến anh cứng người.
El cabello de su cuello se onduló y se erizó en señal de alarma.
Những sợi tóc dọc theo cổ anh dựng đứng và dựng ngược lên vì lo lắng.
El sendero conducía directamente al campamento donde Thornton esperaba.
Con đường mòn dẫn thẳng đến trại nơi Thornton đang đợi.
Buck se movió más rápido ahora, su paso era silencioso y rápido.
Buck lúc này di chuyển nhanh hơn, sải chân của anh vừa nhẹ nhàng vừa nhanh nhẹn.
Sus nervios se tensaron al leer señales que otros no verían.
Anh căng thẳng khi đọc những dấu hiệu mà người khác sẽ bỏ lỡ.
Cada detalle del recorrido contaba una historia, excepto la pieza final.

Mỗi chi tiết trong hành trình đều kể một câu chuyện, ngoại trừ chi tiết cuối cùng.

Su nariz le contaba sobre la vida que había transcurrido por allí.

Chiếc mũi của ông cho ông biết về cuộc sống đã trôi qua theo cách này.

El olor le dio una imagen cambiante mientras lo seguía de cerca.

Mùi hương đó giúp anh thay đổi hình ảnh khi anh bám sát phía sau.

Pero el bosque mismo había quedado en silencio; anormalmente quieto.

Nhưng khu rừng lại trở nên yên tĩnh; tĩnh lặng một cách bất thường.

Los pájaros habían desaparecido, las ardillas estaban escondidas, silenciosas y quietas.

Những chú chim đã biến mất, những chú sóc ẩn mình, im lặng và bất động.

Sólo vio una ardilla gris, tumbada sobre un árbol muerto.

Anh ta chỉ nhìn thấy một con sóc xám nằm dài trên một cái cây chết.

La ardilla se mimetizó, rígida e inmóvil como una parte del bosque.

Con sóc hòa nhập vào trong, cứng đờ và bất động như một phần của khu rừng.

Buck se movía como una sombra, silencioso y seguro entre los árboles.

Buck di chuyển như một cái bóng, im lặng và chắc chắn giữa những hàng cây.

Su nariz se movió hacia un lado como si una mano invisible la tirara.

Mũi anh ta giật sang một bên như thể bị một bàn tay vô hình kéo đi.

Se giró y siguió el nuevo olor hasta lo profundo de un matorral.

Anh quay lại và đi theo mùi hương mới vào sâu trong bụi cây.

Allí encontró a Nig, que yacía muerto, atravesado por una flecha.
Ở đó, anh ta tìm thấy Nig nằm chết, bị một mũi tên đâm xuyên qua.
La flecha atravesó su cuerpo y aún se le veían las plumas.
Mũi tên xuyên qua cơ thể anh ta, lông vũ vẫn còn lộ ra.
Nig se arrastró hasta allí, pero murió antes de llegar para recibir ayuda.
Nig đã tự mình lê bước đến đó, nhưng đã chết trước khi đến được nơi giúp đỡ.
Cien metros más adelante, Buck encontró otro perro de trineo.
Đi xa hơn một trăm thước, Buck lại tìm thấy một con chó kéo xe trượt tuyết khác.
Era un perro que Thornton había comprado en Dawson City.
Đó là con chó mà Thornton đã mua ở Dawson City.
El perro se encontraba en una lucha a muerte, agitándose con fuerza en el camino.
Con chó đang vật lộn dữ dội, giãy giụa trên đường mòn.
Buck pasó a su alrededor, sin detenerse, con los ojos fijos hacia adelante.
Buck đi vòng qua anh ta, không dừng lại, mắt vẫn nhìn thẳng về phía trước.
Desde la dirección del campamento llegaba un canto distante y rítmico.
Từ phía trại vọng đến tiếng hô vang đều đều, xa xa.
Las voces subían y bajaban en un tono extraño, inquietante y cantarín.
Những giọng nói vang lên rồi lại hạ xuống theo một giai điệu kỳ lạ, rùng rợn, như đang hát.
Buck se arrastró hacia el borde del claro en silencio.
Buck lặng lẽ bò về phía rìa bãi đất trống.
Allí vio a Hans tendido boca abajo, atravesado por muchas flechas.
Ở đó, chàng nhìn thấy Hans nằm sấp, trên người có rất nhiều mũi tên.
Su cuerpo parecía el de un puercoespín, erizado de plumas.

Cơ thể của ông trông giống như một con nhím, có lông vũ mọc khắp người.

En ese mismo momento, Buck miró hacia la cabaña en ruinas.

Cùng lúc đó, Buck nhìn về phía ngôi nhà gỗ đổ nát.

La visión hizo que se le erizara el pelo de la nuca y de los hombros.

Cảnh tượng đó khiến tóc gáy và vai anh dựng đứng.

Una tormenta de furia salvaje recorrió todo el cuerpo de Buck.

Một cơn bão giận dữ dữ dội tràn ngập khắp cơ thể Buck.

Gruñó en voz alta, aunque no sabía que lo había hecho.

Anh ta gầm gừ lớn tiếng mặc dù anh ta không biết điều đó.

El sonido era crudo, lleno de furia aterradora y salvaje.

Âm thanh thô ráp, chứa đầy sự giận dữ đáng sợ và man rợ.

Por última vez en su vida, Buck perdió la razón ante la emoción.

Lần cuối cùng trong đời, Buck mất đi lý trí vì cảm xúc.

Fue el amor por John Thornton lo que rompió su cuidadoso control.

Chính tình yêu dành cho John Thornton đã phá vỡ sự kiểm soát cẩn thận của ông.

Los Yeehats estaban bailando alrededor de la cabaña de abetos en ruinas.

Những người Yeehats đang nhảy múa quanh ngôi nhà gỗ vân sam bị phá hủy.

Entonces se escuchó un rugido y una bestia desconocida cargó hacia ellos.

Rồi tiếng gầm vang lên—và một con thú lạ lao về phía họ.

Era Buck; una furia en movimiento; una tormenta viviente de venganza.

Đó là Buck; một cơn thịnh nộ đang chuyển động; một cơn bão báo thù sống động.

Se arrojó en medio de ellos, loco por la necesidad de matar.

Anh ta lao vào giữa bọn họ, điên cuồng vì ham muốn giết chóc.

Saltó hacia el primer hombre, el jefe Yeehat, y acertó.

Anh ta nhảy vào người đàn ông đầu tiên, tù trưởng Yeehat, và đánh trúng.

Su garganta fue desgarrada y la sangre brotó a chorros.

Cổ họng anh ta bị rách toạc và máu phun ra thành dòng.

Buck no se detuvo, sino que desgarró la garganta del siguiente hombre de un salto.

Buck không dừng lại mà chỉ nhảy một cái là xé toạc cổ họng của tên tiếp theo.

Era imparable: desgarraba, cortaba y nunca se detenía a descansar.

Anh ta không thể ngăn cản được - liên tục xé, chém, không bao giờ dừng lại để nghỉ ngơi.

Se lanzó y saltó tan rápido que sus flechas no pudieron tocarlo.

Anh ta lao đi và nhảy nhanh đến nỗi những mũi tên của họ không thể chạm tới anh ta.

Los Yeehats estaban atrapados en su propio pánico y confusión.

Người Yeehats cũng rơi vào tình trạng hoảng loạn và bối rối.

Sus flechas no alcanzaron a Buck y se alcanzaron entre sí.

Mũi tên của họ không trúng Buck mà lại trúng vào nhau.

Un joven le lanzó una lanza a Buck y golpeó a otro hombre.

Một thanh niên ném giáo vào Buck và trúng một người đàn ông khác.

La lanza le atravesó el pecho y la punta le atravesó la espalda.

Ngọn giáo đâm xuyên qua ngực anh ta, mũi giáo đâm vào lưng anh ta.

El terror se apoderó de los Yeehats y se retiraron por completo.

Nỗi kinh hoàng tràn ngập người Yeehats và họ tháo chạy hết tốc lực.

Gritaron al Espíritu Maligno y huyeron hacia las sombras del bosque.

Họ hét lên về Linh hồn Ác quỷ và chạy trốn vào bóng tối của khu rừng.

En verdad, Buck era como un demonio mientras perseguía a los Yeehats.
Buck thực sự giống như một con quỷ khi đuổi theo bọn Yeehats.
Él los persiguió a través del bosque, derribándolos como si fueran ciervos.
Anh ta chạy đuổi theo họ qua khu rừng, hạ gục họ như hạ gục một con nai.
Se convirtió en un día de destino y terror para los asustados Yeehats.
Đó trở thành ngày định mệnh và kinh hoàng đối với những người Yeehats sợ hãi.
Se dispersaron por toda la tierra, huyendo lejos en todas direcciones.
Họ tản ra khắp đất nước, chạy trốn theo mọi hướng.
Pasó una semana entera antes de que los últimos supervivientes se reunieran en un valle.
Phải mất cả tuần lễ, những người sống sót cuối cùng mới gặp nhau trong một thung lũng.
Sólo entonces contaron sus pérdidas y hablaron de lo sucedido.
Chỉ khi đó họ mới đếm lại những mất mát và kể lại những gì đã xảy ra.
Buck, después de cansarse de la persecución, regresó al campamento en ruinas.
Buck, sau khi mệt mỏi vì cuộc rượt đuổi, đã quay trở lại trại trại bị phá hủy.
Encontró a Pete, todavía en sus mantas, muerto en el primer ataque.
Anh ta tìm thấy Pete, vẫn còn quấn trong chăn, đã tử vong trong lần tấn công đầu tiên.
Las señales de la última lucha de Thornton estaban marcadas en la tierra cercana.
Dấu hiệu của cuộc đấu tranh cuối cùng của Thornton vẫn còn in trên đất gần đó.
Buck siguió cada rastro, olfateando cada marca hasta un punto final.

Buck lần theo từng dấu vết, đánh hơi từng dấu vết cho đến điểm cuối cùng.

En el borde de un estanque profundo, encontró al fiel Skeet, tumbado inmóvil.

Bên mép một vực sâu, anh tìm thấy chú Skeet trung thành đang nằm bất động.

La cabeza y las patas delanteras de Skeet estaban en el agua, inmóviles por la muerte.

Đầu và chân trước của Skeet nằm trong nước, bất động vì đã chết.

La piscina estaba fangosa y contaminada por el agua que salía de las compuertas.

Hồ bơi lầy lội và bị ô nhiễm bởi nước chảy ra từ các máng xả.

Su superficie nublada ocultaba lo que había debajo, pero Buck sabía la verdad.

Bề mặt mây mù che giấu những gì bên dưới, nhưng Buck biết sự thật.

Siguió el rastro del olor de Thornton hasta la piscina, pero el olor no lo condujo a ningún otro lugar.

Anh ta lần theo mùi hương của Thornton vào trong hồ nước — nhưng mùi hương đó chẳng dẫn đến đâu khác.

No había ningún olor que indicara que salía, solo el silencio de las aguas profundas.

Không có mùi hương nào dẫn ra ngoài mà chỉ có sự im lặng của vùng nước sâu.

Buck permaneció todo el día cerca de la piscina, paseando de un lado a otro del campamento con tristeza.

Cả ngày Buck ở gần hồ bơi, đi đi lại lại trong trại trong đau buồn.

Vagaba inquieto o permanecía sentado en silencio, perdido en pesados pensamientos.

Ông ta đi lang thang không ngừng nghỉ hoặc ngồi im lặng, chìm đắm trong suy nghĩ nặng nề.

Él conocía la muerte; el fin de la vida; la desaparición de todo movimiento.

Ông biết đến cái chết; sự kết thúc của cuộc sống; sự biến mất của mọi chuyển động.

Comprendió que John Thornton se había ido y que nunca regresaría.
Ông hiểu rằng John Thornton đã ra đi và không bao giờ quay trở lại.
La pérdida dejó en él un vacío que palpitaba como el hambre.
Sự mất mát đã để lại trong anh một khoảng trống nhói lên như cơn đói.
Pero ésta era un hambre que la comida no podía calmar, por mucho que comiera.
Nhưng cơn đói này không thể nào vơi đi dù anh có ăn bao nhiêu đi nữa.
A veces, mientras miraba a los Yeehats muertos, el dolor se desvanecía.
Đôi khi, khi nhìn vào những người Yeehats đã chết, nỗi đau bỗng tan biến.
Y entonces un orgullo extraño surgió dentro de él, feroz y completo.
Và rồi một niềm kiêu hãnh kỳ lạ dâng trào trong anh, dữ dội và trọn vẹn.
Había matado al hombre, la presa más alta y peligrosa de todas.
Anh ta đã giết chết con người, loài thú dữ cao cấp và nguy hiểm nhất.
Había matado desafiando la antigua ley del garrote y el colmillo.
Ông ta đã giết người bất chấp luật lệ cổ xưa là dùng dùi cui và nanh vuốt.
Buck olió sus cuerpos sin vida, curioso y pensativo.
Buck ngửi những xác chết đó, tò mò và suy nghĩ.
Habían muerto con tanta facilidad, mucho más fácil que un husky en una pelea.
Chúng chết quá dễ dàng—dễ hơn nhiều so với một con chó husky trong một cuộc chiến.
Sin sus armas, no tenían verdadera fuerza ni representaban una amenaza.

Không có vũ khí, họ không có sức mạnh hay mối đe dọa thực sự.

Buck nunca volvería a temerles, a menos que estuvieran armados.

Buck sẽ không bao giờ sợ chúng nữa, trừ khi chúng có vũ khí.

Sólo tenía cuidado cuando llevaban garrotes, lanzas o flechas.

Chỉ khi họ mang theo dùi cui, giáo mác hoặc mũi tên thì anh mới cảnh giác.

Cayó la noche y la luna llena se elevó por encima de las copas de los árboles.

Đêm xuống và trăng tròn nhô cao trên ngọn cây.

La pálida luz de la luna bañaba la tierra con un resplandor suave y fantasmal, como el del día.

Ánh trăng nhợt nhạt phủ lên mặt đất một thứ ánh sáng nhẹ nhàng, ma quái như ban ngày.

A medida que la noche avanzaba, Buck seguía de luto junto al estanque silencioso.

Khi đêm xuống, Buck vẫn than khóc bên hồ nước tĩnh lặng.

Entonces se dio cuenta de que había un movimiento diferente en el bosque.

Sau đó, anh nhận thấy có sự chuyển động khác thường trong khu rừng.

El movimiento no provenía de los Yeehats, sino de algo más antiguo y más profundo.

Sự khuấy động này không phải đến từ người Yeehats, mà từ một thứ gì đó cũ kỹ và sâu sắc hơn.

Se puso de pie, con las orejas levantadas y la nariz palpando la brisa con cuidado.

Anh đứng dậy, tai dựng lên, mũi cẩn thận hít thở làn gió.

Desde lejos llegó un grito débil y agudo que rompió el silencio.

Từ xa vọng đến một tiếng thét yếu ớt, sắc nhọn xé toạc sự im lặng.

Luego, un coro de gritos similares siguió de cerca al primero.

Sau đó, một điệp khúc những tiếng kêu tương tự vang lên ngay sau tiếng kêu đầu tiên.
El sonido se acercaba cada vez más y se hacía más fuerte a cada momento que pasaba.
Âm thanh đó ngày một gần hơn và to hơn theo từng khoảnh khắc trôi qua.
Buck conocía ese grito: venía de ese otro mundo en su memoria.
Buck biết tiếng kêu này—nó đến từ thế giới khác trong ký ức của anh.
Caminó hasta el centro del espacio abierto y escuchó atentamente.
Anh ta bước tới giữa khoảng đất trống và lắng nghe thật kỹ.
El llamado resonó, múltiple y más poderoso que nunca.
Tiếng gọi vang lên, nhiều nốt nhạc và mạnh mẽ hơn bao giờ hết.
Y ahora, más que nunca, Buck estaba listo para responder a su llamado.
Và giờ đây, hơn bao giờ hết, Buck đã sẵn sàng đáp lại tiếng gọi của mình.
John Thornton había muerto y ya no tenía ningún vínculo con el hombre.
John Thornton đã chết, và không còn mối liên hệ nào với con người còn sót lại trong ông.
El hombre y todos sus derechos humanos habían desaparecido: él era libre por fin.
Con người và mọi đòi hỏi của con người đã không còn nữa—cuối cùng anh đã được tự do.
La manada de lobos estaba persiguiendo carne como lo hicieron alguna vez los Yeehats.
Bầy sói đang săn đuổi thịt giống như người Yeehats đã từng làm.
Habían seguido a los alces desde las tierras boscosas.
Họ đã theo dấu đàn nai sừng tấm từ vùng đất có nhiều cây gỗ xuống.
Ahora, salvajes y hambrientos de presa, cruzaron hacia su valle.

Bây giờ, hoang dã và đói mồi, chúng băng qua thung lũng của ông.

Llegaron al claro iluminado por la luna, fluyendo como agua plateada.

Họ tiến vào khoảng đất trống dưới ánh trăng, trôi như dòng nước bạc.

Buck permaneció quieto en el centro, inmóvil y esperándolos.

Buck đứng yên ở giữa, bất động và chờ đợi họ.

Su tranquila y gran presencia dejó a la manada en un breve silencio.

Sự hiện diện to lớn và bình tĩnh của anh khiến cả bầy phải im lặng trong chốc lát.

Entonces el lobo más atrevido saltó hacia él sin dudarlo.

Sau đó, con sói táo bạo nhất không chút do dự nhảy thẳng về phía anh ta.

Buck atacó rápidamente y rompió el cuello del lobo de un solo golpe.

Buck ra đòn rất nhanh và bẻ gãy cổ con sói chỉ bằng một đòn.

Se quedó inmóvil nuevamente mientras el lobo moribundo se retorcía detrás de él.

Anh ta lại đứng bất động khi con sói hấp hối quằn mình phía sau anh ta.

Tres lobos más atacaron rápidamente, uno tras otro.

Ba con sói khác tấn công nhanh chóng, con này nối tiếp con kia.

Todos retrocedieron sangrando, con la garganta o los hombros destrozados.

Mỗi người đều rút lui trong tình trạng chảy máu, cổ họng hoặc vai bị cắt.

Eso fue suficiente para que toda la manada se lanzara a una carga salvaje.

Chỉ riêng điều đó đã đủ để kích hoạt cả bầy lao vào tấn công dữ dội.

Se precipitaron juntos, demasiado ansiosos y apiñados para golpear bien.

Họ cùng nhau lao vào, quá háo hức và đông đúc để có thể tấn công tốt.

La velocidad y habilidad de Buck le permitieron mantenerse por delante del ataque.

Tốc độ và kỹ năng của Buck giúp anh luôn đi trước đối phương.

Giró sobre sus patas traseras, chasqueando y golpeando en todas direcciones.

Anh ta xoay người trên hai chân sau, cắn và tấn công theo mọi hướng.

Para los lobos, esto parecía como si su defensa nunca se abriera ni flaqueara.

Với lũ sói, có vẻ như hàng phòng ngự của hắn chưa bao giờ bị hở hay yếu đi.

Se giró y atacó tan rápido que no pudieron alcanzarlo.

Anh ta quay lại và chém nhanh đến nỗi họ không thể đứng ra sau anh ta được.

Sin embargo, su número le obligó a ceder terreno y retroceder.

Tuy nhiên, số lượng của họ đã buộc ông phải nhượng bộ và rút lui.

Pasó junto a la piscina y bajó al lecho rocoso del arroyo.

Anh ta di chuyển qua hồ bơi và xuống lòng suối đầy đá.

Allí se topó con un empinado banco de grava y tierra.

Ở đó, anh ta nhìn thấy một bờ dốc toàn sỏi và đất.

Se metió en un rincón cortado durante la antigua excavación de los mineros.

Anh ta lách vào một góc bị cắt trong quá trình đào bới của những người thợ mỏ.

Ahora, protegido por tres lados, Buck se enfrentaba únicamente al lobo frontal.

Bây giờ, được bảo vệ ở ba phía, Buck chỉ phải đối mặt với con sói phía trước.

Allí se mantuvo a raya, listo para la siguiente ola de asalto.

Ở đó, anh ta đứng ở vị trí an toàn, sẵn sàng cho đợt tấn công tiếp theo.

Buck se mantuvo firme con tanta fiereza que los lobos retrocedieron.
Buck giữ vững lập trường của mình một cách quyết liệt đến nỗi bầy sói phải lùi lại.
Después de media hora, estaban agotados y visiblemente derrotados.
Sau nửa giờ, họ đã kiệt sức và thất bại rõ ràng.
Sus lenguas colgaban y sus colmillos blancos brillaban a la luz de la luna.
Lưỡi của chúng thè ra, răng nanh trắng sáng lấp lánh dưới ánh trăng.
Algunos lobos se tumbaron, con la cabeza levantada y las orejas apuntando hacia Buck.
Một số con sói nằm xuống, đầu ngẩng lên, tai dựng lên hướng về phía Buck.
Otros permanecieron inmóviles, alertas y observando cada uno de sus movimientos.
Những người khác đứng yên, cảnh giác và theo dõi mọi hành động của anh ta.
Algunos se acercaron a la piscina y bebieron agua fría.
Một số người đi dạo đến hồ bơi và uống nước lạnh.
Entonces un lobo gris, largo y delgado, se acercó sigilosamente.
Sau đó, một con sói xám dài và gầy từ từ tiến về phía trước.
Buck lo reconoció: era el hermano salvaje de antes.
Buck nhận ra anh ta—chính là người anh em hoang dã lúc trước.
El lobo gris gimió suavemente y Buck respondió con un gemido.
Con sói xám rên rỉ khe khẽ và Buck cũng đáp lại bằng tiếng rên rỉ.
Se tocaron las narices, en silencio y sin amenaza ni miedo.
Họ chạm mũi nhau, một cách lặng lẽ và không hề có sự đe dọa hay sợ hãi.
Luego vino un lobo más viejo, demacrado y lleno de cicatrices por muchas batallas.

Tiếp theo là một con sói già, gầy gò và đầy sẹo vì nhiều trận chiến.

Buck empezó a gruñir, pero se detuvo y olió la nariz del viejo lobo.

Buck bắt đầu gầm gừ, nhưng rồi dừng lại và hít mũi con sói già.

El viejo se sentó, levantó la nariz y aulló a la luna.

Con chim già ngồi xuống, hếch mũi lên và hú lên với mặt trăng.

El resto de la manada se sentó y se unió al largo aullido.

Những con còn lại trong đàn ngồi xuống và cùng hú lên một tiếng dài.

Y ahora el llamado llegó a Buck, inconfundible y fuerte.

Và giờ đây tiếng gọi ấy đã vang đến Buck, rõ ràng và mạnh mẽ.

Se sentó, levantó la cabeza y aulló con los demás.

Anh ta ngồi xuống, ngẩng đầu lên và hú cùng với những người khác.

Cuando terminaron los aullidos, Buck salió de su refugio rocoso.

Khi tiếng hú kết thúc, Buck bước ra khỏi nơi trú ẩn bằng đá của mình.

La manada se cerró a su alrededor, olfateando con amabilidad y cautela.

Bầy sói vây quanh anh ta, đánh hơi anh ta một cách vừa thân thiện vừa cảnh giác.

Entonces los líderes dieron un grito y salieron corriendo hacia el bosque.

Sau đó, những người dẫn đầu hú lên và chạy nhanh vào rừng.

Los demás lobos los siguieron, aullando a coro, salvajes y rápidos en la noche.

Những con sói khác cũng chạy theo, đồng thanh tru lên, dữ dội và nhanh nhẹn trong đêm.

Buck corrió con ellos, al lado de su hermano salvaje, aullando mientras corría.

Buck chạy cùng họ, bên cạnh người anh em hoang dã của mình, vừa chạy vừa hú hét.

Aquí la historia de Buck llega bien a su fin.
Ở đây, câu chuyện về Buck đã đi đến hồi kết.
En los años siguientes, los Yeehat notaron lobos extraños.
Trong những năm tiếp theo, gia đình Yeehats nhận thấy những con sói lạ.
Algunos tenían la cabeza y el hocico de color marrón y el pecho de color blanco.
Một số con có màu nâu trên đầu và mõm, màu trắng trên ngực.
Pero aún más temían una figura fantasmal entre los lobos.
Nhưng thậm chí họ còn sợ một bóng ma giữa bầy sói.
Hablaban en susurros del Perro Fantasma, líder de la manada.
Họ thì thầm nói về Chó Ma, thủ lĩnh của bầy.
Este perro fantasma tenía más astucia que el cazador Yeehat más audaz.
Con Chó Ma này còn xảo quyệt hơn cả thợ săn Yeehat táo bạo nhất.
El perro fantasma robó de los campamentos en pleno invierno y destrozó sus trampas.
Con chó ma đã lấy trộm đồ từ các trại vào mùa đông khắc nghiệt và xé tan bẫy của họ.
El perro fantasma mató a sus perros y escapó de sus flechas sin dejar rastro.
Con chó ma đã giết chết đàn chó của họ và thoát khỏi mũi tên mà không để lại dấu vết.
Incluso sus guerreros más valientes temían enfrentarse a este espíritu salvaje.
Ngay cả những chiến binh dũng cảm nhất cũng sợ phải đối mặt với tinh thần hoang dã này.
No, la historia se vuelve aún más oscura a medida que pasan los años en la naturaleza.
Không, câu chuyện ngày càng trở nên đen tối hơn khi nhiều năm trôi qua trong tự nhiên.
Algunos cazadores desaparecen y nunca regresan a sus campamentos distantes.

Một số thợ săn biến mất và không bao giờ trở về trại xa xôi của họ.
Otros aparecen con la garganta abierta, muertos en la nieve.
Những người khác được tìm thấy với cổ họng bị xé toạc và bị giết trong tuyết.
Alrededor de sus cuerpos hay huellas más grandes que las que cualquier lobo podría dejar.
Xung quanh cơ thể chúng có những dấu vết lớn hơn bất kỳ dấu vết nào mà loài sói có thể tạo ra.
Cada otoño, los Yeehats siguen el rastro del alce.
Mỗi mùa thu, người Yeehats lại đi theo dấu vết của loài nai sừng tấm.
Pero evitan un valle con el miedo grabado en lo profundo de sus corazones.
Nhưng họ tránh một thung lũng với nỗi sợ hãi khắc sâu vào trái tim.
Dicen que el valle fue elegido por el Espíritu Maligno para vivir.
Người ta nói rằng thung lũng này được Ác quỷ chọn làm nơi ở của mình.
Y cuando se cuenta la historia, algunas mujeres lloran junto al fuego.
Và khi câu chuyện được kể lại, một số phụ nữ đã khóc bên đống lửa.
Pero en verano, un visitante llega a ese tranquilo valle sagrado.
Nhưng vào mùa hè, có một du khách đến thung lũng linh thiêng và yên tĩnh đó.
Los Yeehats no saben de él, ni tampoco pueden entenderlo.
Người Yeehats không biết đến ông và cũng không thể hiểu được ông.
El lobo es grande, revestido de gloria, como ningún otro de su especie.
Con sói là một con sói vĩ đại, được bao phủ bởi vẻ đẹp lộng lẫy, không giống bất kỳ con sói nào cùng loài.
Él solo cruza el bosque verde y entra en el claro.

Chỉ có một mình ông đi qua khu rừng xanh và tiến vào khoảng rừng trống.
Allí, el polvo dorado de los sacos de piel de alce se filtra en el suelo.
Ở đó, bụi vàng từ những chiếc túi da nai thấm vào đất.
La hierba y las hojas viejas han ocultado el amarillo al sol.
Cỏ và lá già đã che khuất màu vàng của ánh nắng mặt trời.
Aquí, el lobo permanece en silencio, pensando y recordando.
Ở đây, con sói đứng im lặng, suy nghĩ và ghi nhớ.
Aúlla una vez, largo y triste, antes de darse la vuelta para irse.
Ông hú lên một lần - một tiếng hú dài và buồn thảm - trước khi quay đi.
Pero no siempre está solo en la tierra del frío y la nieve.
Nhưng anh ấy không phải lúc nào cũng đơn độc trên vùng đất lạnh giá và tuyết rơi.
Cuando las largas noches de invierno descienden sobre los valles inferiores.
Khi những đêm đông dài buông xuống các thung lũng thấp hơn.
Cuando los lobos persiguen a la presa a través de la luz de la luna y las heladas.
Khi bầy sói đuổi theo con mồi dưới ánh trăng và sương giá.
Luego corre a la cabeza del grupo, saltando alto y salvajemente.
Sau đó, anh ta chạy dẫn đầu cả bầy, nhảy cao và mạnh mẽ.
Su figura se eleva sobre las demás y su garganta está llena de canciones.
Dáng người của anh cao hơn hẳn những người khác, cổ họng anh rộn ràng với bài hát.
Es la canción del mundo más joven, la voz de la manada.
Đó là bài ca của thế giới trẻ, là tiếng nói của bầy đàn.
Canta mientras corre: fuerte, libre y eternamente salvaje.
Anh ấy vừa chạy vừa hát—mạnh mẽ, tự do và mãi mãi hoang dã.

www.tranzlaty.com

www.ingramcontent.com/pod-product-compliance
Lightning Source LLC
Chambersburg PA
CBHW010030040426
42333CB00048B/2787